அம்புப் படுக்கை

சிறுகதைகள்

சுனில் கிருஷ்ணன்

யாவரும்
பப்ளிஷர்ஸ்

The views and opinions expressed in this book are the author's own. The facts contained herein were reported to be true as on the date of publication by the author to the publishers of the book, and the publishers are not in any way liable for their accuracy or veracity.

- அம்புப் படுக்கை ● சிறுகதைகள் ● சுனில் கிருஷ்ணன் ©
- முதல் பதிப்பு : டிசம்பர் 2017 ● இரண்டாம் பதிப்பு : நவம்பர் 2021
- Ampup paṭukkai ● Short Stories ● Suneel Krishnan ©
- First Edition : December 2017 ● Second Edition : November 2021
- Pages: 152 ● Price : ₹ 180/-
- ISBN : 978-93-92876-19-6

Released by :

M/s. Yaavarum Publishers
24, Shop no - B, S.G.P Naidu Complex,
Dhandeeswaram Bus Stop
Opp: Bharathiar Park
Velachery Main Road
Velachery, Chennai - 600 042

90424 61472 / 98416 43380
editor@yaavarum.com
Url : www.yaavarum.com; www.be4books.com

Designed by : Gopu Rasuvel

All rights, including professional, amateur, motion pictures, recitation, public reading, broadcasting and the rights of translation into foreign languages are strictly reserved. No part of this book may be reproduced in whole or in part or utilized in any form or by any means electronic or mechanical, including photocopying, recording or by any information storage and retrieval system now known or hereafter invented, without the prior written permission of the author/publisher.

அளித்தவைக்காகவும் பெற்றவைக்காகவும்
ஜெயமோகனுக்கும்...
நட்பாசுக்கும்...

ஆசிரியர் குறிப்பு

நரோபா எனும் புனைப்பெயரில் சொல்வனம், பதாகை போன்ற இணைய இதழ்களில் சிறுகதைகள் எழுதிவரும் சுனில் கிருஷ்ணன், காரைக்குடியில் வசிக்கும் ஆயுர்வேத மருத்துவர். புதுக்கோட்டை மாவட்டம் அரிமளத்தை பூர்வீகமாகக் கொண்ட சித்த மருத்துவக் குடும்பத்தைச் சார்ந்தவர். மனைவி மானசாவும் ஆயுர்வேத மருத்துவர். காந்தி, காந்தியர்கள், காந்தியம் தொடர்பாக தமிழில் நண்பர்களுடன் இணைந்து www.gandhitoday.in என்றொரு இணையதளத்தையும் நடத்தி வருகிறார். புத்தக அறிமுகங்கள், விமர்சனங்கள், ஆயுர்வேதம் குறித்த கட்டுரைகள், மொழிப்பெயர்ப்புகள் எனத் தொடர்ந்து இயங்கி வருகிறார். இது அவருடைய முதல் சிறுகதை தொகுப்பு.

சாளரம்

நரோபா விஷ்ணுபுரத்தில் வரும் பவுத்த துறவி. மொழியாக்கப் பணியின் பொருளின்மை அவனை அமைதியிழக்கச் செய்கின்றது. காலத்தை விஞ்சி நிற்கும் பயண நூலை தனக்கென உருவாக்குகிறான். ஒருவகையில் சுனில் கிருஷ்ணனின் சலிப்பான அன்றாடத்தை நுட்பமாக நோக்கி அதை இடம் மாற்றி அடுக்கி, சுழற்றி, வேறொன்றாக ஆக்கி வித்தை காட்டுவதற்காக உருவானவன் இந்த நரோபா. அவனுக்குத் துயரங்களின் மீதும், தோல்விகளின் மீதும் மாளா ஈர்ப்பும் காதலும் உண்டு. கனவுகளையும், கற்பனைகளையும் நிகழ்வுகளுடனும் நினைவு களுடனும் கலந்து கட்டி தனக்கென உலகங்களை உருவாக்கி தன்னைப் புதைத்து கொள்கிறான்.

இக்கதைகள் 2013 முதல் 2017 வரையிலான காலகட்டத்தில் எழுதப்பட்டவை. தொகுப்புக்காக சில கதைகள் சற்றே திருத்தி எழுதப்பட்டுள்ளன. தொகுக்கப்பட்ட அளவுக்கே தொகுப்புக்கு வெளியேயும் கதைகள் உள்ளன. அவை மோசமானவை என்பதால் அல்ல, இத்தொகுப்பின் பொதுவான உணர்வு ஓட்டத்திலிருந்து விலகி நிற்பவை என்பதால் இத்தொகுப்பில் இடம்பெறவில்லை. இக்கதைகளைக் காலவரிசையின் படியும் தொகுக்கவில்லை. கதையின் பேசுபொருள் சார்ந்து விளக்க முடியாத காரணிகள் இக்கதையின் வரிசையைத் தீர்மானித்தன. ஒருவகையான அகப் பயணத்தின் சான்று எனக் கொள்ளலாம்.

பலருக்கு நன்றி சொல்ல வேண்டும். குறிப்பாக ஜெயமோகனுக்கும் நட்பாசுக்கும். என்னை எழுத்தாளராக நான் அடையாளம் கண்டுகொண்டது இவர்களின் வழியேதான். இலக்கிய செயல்பாட்டின் மீது பெருமதிப்பும், குன்றா செயலூக்கமும் அவர்களிடமிருந்தே எப்போதும் பெற்று வருகிறேன். முதல்

சிறுகதைத் தொகுப்பை தந்தைக்கு நிகரான ஜெயமோகனுக்கும் வழிகாட்டியாகத் திகழும் நட்பாசுக்கும் சமர்ப்பிப்பதே முறையாகும்.

முதல் தொகுப்பு கொண்டு வர யாரிடமும் கேட்கக் கூடாது என்றிருந்தேன். தயக்கமும் கூச்சமும்தான் காரணம். நம்மை வாசித்து எவரேனும் இக்கதைகள் தொகுப்பாக்க தகுதியானவை எனக்கருதி அழைப்பர் எனக் காத்திருந்தேன். ஆனால் எதுவும் நிகழவில்லை என்பது என் எழுத்தின் மீது எனக்கு ஐயத்தை ஏற்படுத்தியது. அச்சமயத்தில்தான் நண்பர் 'யாவரும்' ஜீவ கரிகாலன் சில கதைகளை வாசித்து தொடர்பு கொண்டார். புதிய எழுத்தாளர்களுக்கு தமிழ்ச் சூழலில் போதிய கவனமும் விமரிசனமும் கிடைப்பது அரிது எனும் சூழலில், பெரிய விற்பனைச் சாத்தியங்கள் ஏதுமில்லை எனும்போது கூட, 'யாவரும்' தொடர்ந்து பல புதிய எழுத்தாளர்களைத் தமிழுக்கு அறிமுகப்படுத்துகிறது. விமரிசனக் கூட்டங்களை ஒருங்கமைத்து கவனத்தை ஏற்படுத்துகிறது. இது தொடர வேண்டும். ஜீவ கரிகாலன் மற்றும் 'யாவரும்' நண்பர்களுக்கு எனது நன்றிகள்.

கதைகளுக்கு தனது கோட்டோவியங்களை அளித்த கவிஞர்/ ஓவியர் ரமேஷ் சுப்பிரமணித்திற்கும் எனது மனமார்ந்த நன்றிகள். இக்கதைகளை வெளியிட்ட பதாகை, சொல்வனம், கபாடபுரம், கணையாழி மற்றும் jeyamohan.in ஆகிய இணைய தளங்களுக்கு நன்றிகள். கதைகளுக்கு விமரிசனங்களையும் வாசிப்பையும் எப்போதும் அளித்து வரும் முன்னாள்/இந்நாள் விஷ்ணுபுர இலக்கிய வட்ட நண்பர்களையும், பதாகை மற்றும் ஆம்னிபஸ் நண்பர்களையும் ஆரத்தழுவிக் கொள்கிறேன். என்னையும் ஓர் ஆளாக்கிய அம்மாவிற்கு வணக்கங்கள், படைப்பூக்கத்தை அணையாமல் பார்த்துக் கொள்ளும் இல்லாள் மானசாவிற்கு நெஞ்சம் நிறைந்த அன்பு, பிஞ்சுப் பாதங்களால் நெஞ்சை நொறுக்கி என்னை மீள வார்க்கும் சுதீர் குட்டிக்கு முத்தங்கள்.

அம்புப் படுக்கை என இத்தொகுதிக்குப் பெயரிடவும் தெளிவான காரணங்கள் ஏதுமில்லை. எனது 'அம்புப் படுக்கை' கதையுள் பீஷ்மர் ஒரு பாத்திரம் அல்ல. எனினும் இக்கதை அவரை நினைவூட்டக்கூடும். பீஷ்மர் காலத்தின்முன் தன் துயர் நீங்க அமைதியுடன் வேண்டிக் கிடக்கிறார். போதும் போதுமெனக் கதறி அரற்றவில்லை. துயரத்திலிருந்தும் கொண்டாட்டத்திலிருந்தும் சம அளவில் பற்றற்று இருப்பவராக பீஷ்மர் எனக்குத் தோன்றவில்லை. வாழ்வின்மீது பெரும் விழைவும், வாஞ்சையும் ஒருபக்கம் நம்மை இருத்தி வைக்கின்றன. நம் பிடிப்பை ஒவ்வொரு விரலாக நெகிழ்த்தி வாழ்வைக் கைவிடச்செய்ய வதைக்கும் ஆற்றல்கள்

மறு எல்லையில் நம்மை வற்புறுத்துகின்றன. இவற்றில் ஒன்றைத் தேர்வு செய்யத் தயங்கி, இயன்றவரை ஒத்திப் போடுபவராக, வலியில் வதங்கி வாழ்வின் நினைவுகளை மீட்டியபடி, தனது கேள்விகளுக்கு விடை தேட முனைபவராக பீஷ்மர் இருக்கிறார் எனத் தோன்றுகிறது. இக்கதை மாந்தர்களைப் போல்.

வாழ்வில் திளைத்து எழுந்து உதறிச் செல்வது ஒருவகை, கரையோரம் விலகி சாட்சியாக நோக்கிக் கடப்பது ஒருவகை. இரண்டையும் விழைந்து, இரண்டையும் துறந்து வாழும் சிற்றுயிர்களால் வேறென்ன இயலும், எழுதிக் கடப்போம் இவ்வாழ்வை.

— சுனில் கிருஷ்ணன்

7-10-2017

எண்.4, 7 ஆவது வீதி,
சுப்பிரமணியபுரம்,
வடக்கு விஸ்தரிப்பு,
காரைக்குடி - 2
drsuneelkrishnan@gmail.com
99944 08908

பொருளடக்கம்

1. வாசுதேவன் — 11
2. காளிங்க நர்த்தனம் — 27
3. குருதி சோறு — 37
4. அம்புப் படுக்கை — 66
5. பொன் முகத்தைப் பார்ப்பதற்கும் போதை முத்தம் பெறுவதற்கும் — 75
6. 2016 — 83
7. பேசும் பூனை — 94
8. கூண்டு — 117
9. திமிங்கிலம் — 124
10. ஆரோகணம் — 141

வாசுதேவன்

பட்டணத்து அரவங்கள் வந்தடைய முடியாத புறநகர் பகுதியில் அவர்களின் வீடு இருந்தது. மின்சார ரயில்கள் கணப்பொழுதில் ஓடி மறையும் ஒரு ரயில்வே கேட்டில் மணிக்கணக்காகக் காத்து நின்றுதான் அந்தப் பகுதிக்குள் நுழைய முடியும். பொறுமையிழந்து மெல்ல வண்டியை விட்டிறங்கி, வண்டியை ஒருபக்கம் சாய்த்து நானொரு பக்கம் சாய்ந்து கேட்டின் அடிப்புறம் வழியாகப் புகுந்து வெளிவந்தேன். இளங்கோ இறங்கிச் சென்று மறுவாயிலில் காத்திருந்தான்.

“மாப்ள இடம் சரியா நெனவிருக்கா..? எங்கயோ பொட்டலுக்கு நடுவுல கூட்டிட்டு போனாய்ங்க.”

“அவர் ஃபோன் நம்பர் இருக்குல... வேணும்னா கேட்டுக்குவோம்”

“பிசாத்து காசு முந்நூறு ரூவாக்காக எவளோ தூரம்டா வர்றது? ச்ச. நாய் பொழப்புடா மாப்ள, பொணத்துக்கெல்லாம் வைத்தியம் பாக்க வேண்டியதாப் போச்சு”

திரும்பிப் பார்த்து முறைத்தேன். சரளைக் கற்கள் குத்தீட்டி போல் நீட்டிக்கொண்டிருக்கும் அந்தச் செம்மண் சாலையில் சென்று கொண்டிருந்த போது, தற்செயலாக அவன் வாய்விட்டுச் சொன்னதைத்தான், நானும் நினைத்துக் கொண்டிருந்திருக்கிறேன்.

பணம்கூட பிரச்சனையில்லை. சரியாகச் சொல்ல வேண்டுமென்றால், எங்களுக்கு வேறு வழியில்லை. நாங்கள் எங்கள் துறைத் தலைவரின் ஏவலாட்கள் மட்டுமே. பயிற்சி காலத்தை ஒழுங்காக முடித்துக்கொண்டு ஊர் திரும்ப

வேண்டும். நோயாளிகள் தப்பித்தவறிகூட எட்டிப் பார்க்காத புறநோய்ப் பிரிவு கொண்ட மருத்துவமனை எங்கள் கல்லூரியுடையது. அனுபவ அறிவை வளர்த்துக் கொள்ள வேண்டுமே என வேண்டி விரும்பி நாங்களாகச் சென்றுதான் அவ்வட்டாரத்தில் பெரும் புகழோடு இருக்கும் அவரிடம் பணி செய்ய ஒப்புக் கொண்டோம். காலையும் மாலையும் அங்கேயே தவம் கிடந்தோம். காலப்போக்கில் சலிக்கத் தொடங்கியது. சம்பளமில்லாத அடிமைகளாகச் சிக்கிவிட்டதால் சக்கையாக வேலை வாங்கினார். மருத்துவ நுட்பங்களைக் கற்றுக் கொண்டோமா என்றால் அதுவுமில்லை. நோயாளிகளை அண்ட விடமாட்டார். மருந்துகள்கூட பட்டிகளைப் பிய்த்து மொத்தமாகப் புட்டிகளில் அடைத்து, வரிசை எண் போட்டு வைத்திருப்பார். எல்லாவற்றிலும் ஒரு ரகசியத்தன்மை. எரிச்சலாக வந்தது. எண்ணெய் தேய்த்து விடுவது, பிழிச்சல், கிழிகள் செய்வது எங்கள் வேலை. அத்துடன் துண்டுச் சீட்டில் அவர் எழுதிக் கொடுக்கும் எண் கொண்ட மருந்துகளை எடுத்துக் கொடுக்க வேண்டும். இன்னும் மூன்று மாதங்கள்தான் எங்கள் பயிற்சிக் காலம் என்பதால் சகித்துக் கொண்டு வெளியேறிவிடலாம் எனக் கனவு கண்டு கொண்டிருந்தபோதுதான் இங்கு வரவேண்டிய நிர்பந்தம் ஏற்பட்டுவிட்டது.

“மாப்ள... இந்த வீடுதான்னு நெனக்கிறேன்... வெளியே அந்த ஆர்ச் வளவு இருக்கு பாரு”.

கை கால்களில் பாயும் ரத்தமெல்லாம் வற்றி வயிற்றுக்குள் வடிந்து புரண்டு புரண்டு பாய்ந்தோடுவது போலிருந்தது. அச்சமா? அருவருப்பா? சொல்லத் தெரியவில்லை. உருக்குலைந்து துருப்பிடித்த இரும்புக் கம்பி மீது அடர்நீல சங்குப்பூ செடி சாய்ந்திருந்தது. வண்டியை நிறுத்திவிட்டு நானும் இளங்கோவும் இறங்கிச் சென்றோம். சாம்பல் நிற நாட்டு நாயொன்று ‘வள்ளென’ பாய்ந்து வந்தது. கதவருகே பம்மி நின்றுவிட்டோம்.

மண்ணில் எதையோ கொத்திக் கொண்டிருந்த வரதராஜன் சத்தம் கேட்டு மெல்ல எழுந்து நின்றார்.

“வாங்க தம்பி... வாங்க... இப்பத்தான் சார் ஃபோன் பண்ணாரு.” களைக்கொத்தியை கீழே போட்டுவிட்டு, முண்டா பனியனில் கை துடைத்துக்கொண்டு கைலியை உதறியபடியே எங்களை நோக்கி வந்தார்.

“உள்ற வாங்க தம்பி...”

“இல்ல... நாயி”

கதவை அவரே திறந்துவிட்டப்படி, “அது இப்படிதான் சும்மா கத்தும்... ரே லோப்ல போரா” என்று அதட்டினார்.

“உள்ற வாங்க... நான் பாத்துக்குறேன்”

மெல்ல வீட்டிற்குள் நுழைந்தோம். நடுத்தர வர்க்கத்துச் சிறிய வீடுதான். வர்ணங்கள் உதிர்ந்து ஆங்காங்கு உலர்ந்த சிமெண்ட் சர்மம் புலப்பட்டது. முன்பகுதியில் சிறிய தோட்டம் போட்டிருந்தார்கள். வெண்டைக்காய், மணத்தக்காளி, கற்பூரவல்லி, இன்னும் விதவிதமான பூச்செடிகள் தென்பட்டன. நல்ல வளமான செம்மண் நிலம். சுற்றுச் சுவரோரம் நான்கு தென்னை மரங்கள் இருந்தன. மாமரங்களும் பலாமரங்களும்கூட இருந்தன.

“உக்காருங்க தம்பி... வாசுவ தயார் செஞ்சுட்டு கூப்புடுறேன்... காபி கொண்டாரச் சொல்லட்டா?”

“இல்லை, வேணாம் சார்”

“ஏன்?”

“காப்பி, டீ சாப்புடுறதில்ல”

இடைமறித்து இளங்கோ, “சார் பூஸ்ட் ஹார்லிக்ஸ்ன்னா ஓகே” என்றான்.

“சரி தம்பி... பூஸ்ட் தரச் சொல்லுறேன்... இருங்க... அம்மாயி, வாலிக்கி பூஸ்ட் ஈமா” என்று கூறியபடி வேறோர் அறைக்குள் மறைந்தார்.

எதிர்சுவற்றில் பல கருப்பு வெள்ளை மற்றும் வண்ணப் புகைப்படங்கள் தொங்கின. அவற்றை வேடிக்கைப் பார்த்துக் கொண்டிருந்தேன். ஒற்றைக் கோட்டு நாமம், காதில் கடுக்கன், அடர்ந்த தொங்கு மீசை என ஒருவரின் படமிருந்தது. பரட்டைத் தலையும் உடலை இறுகப் பற்றியிருக்கும் பூப்போட்ட சட்டை, பட்டுப் புடவை மற்றும் வைர ஆரமும் அணிந்த ஒரு பெண்ணுடன் அவர் நிற்கும் படம் அடுத்து இருந்தது. வரதராஜனை அந்த அம்மாளின் முகத்தைக் கொண்டுதான் கண்டுபிடிக்க முடிந்தது. ஏறத்தாழ இதேபோலொரு புகைப்படத்தில் இருக்கும் அப்பாவின் தோற்றம் நினைவில் எழுந்து அமிழ்ந்தது.

வண்ணத் திருமணப் புகைப்படத்தில் வரதராஜன் சஃபாரி அணிந்து ஒரு பக்கம் நின்றிருந்தார். ஆறேழு வருடங்களுக்கு முன்னர் எடுக்கப்பட்டிருக்கலாம். அநேகமாக மகளுடைய திருமணமாக இருக்க வேண்டும். இரண்டு இளைஞர்கள் பேண்ட் சட்டை அணிந்து காணப்பட்டனர். இதிலொருவன் வாசுதேவனாக இருக்கக்கூடும். அதற்கடுத்தாற்போல் பட்டதாரி கோலத்தில் ஒரு வண்ணப் புகைப்படம் தென்பட்டது. கண்ணாடி அணிந்த சிரித்த முகம். என் வயதிருக்கும். சிரிக்கையில் அழகாகக் கன்னத்தில் குழி விழுந்தது. மின்னல் போல சடாரென்று சென்ற வாரம் அங்கு வந்தபோது நான் பார்த்த வாசுதேவனின் முகம் நினைவுக்கு வந்தது. நெற்றியிலிருந்து வியர்வை வழிந்தது. என் வாழ்வில் நான் அப்படியான ஒரு முகத்தைப் பார்த்ததே இல்லை.

சரியாக ஒரு வாரத்திற்கு முன், நானும் இளங்கோவும் எங்கள் பேராசிரியருடன், வாசுதேவனின் தந்தை வரதராஜனின் அழைப்பின் பேரில் இங்கு வந்திருந்தோம். பேராசிரியர் தொலைக்காட்சிகளில் தோன்றி அவ்வப்போது ஆயுர்வேதம் குறித்து உரையாற்றுவது வழக்கம். அவ்வகையில் இப்பகுதியில் ஓரளவிற்குப் புகழ் பெற்றிருந்தார். எதற்காக வருகிறோம் என்பதெல்லாம் அப்போது எங்களுக்குத் தெரியாது. காரில் வரும்போது பேராசிரியருடன் வரதராஜன் மேற்கொண்ட உரையாடலைக் கவனித்து சில விஷயங்களை கிரகித்துக் கொண்டோம்.

வரதராஜன், சென்னையின் புறநகர் பகுதியிலுள்ள பிரபலமான சைக்கிள் உற்பத்தி தொழிற்சாலையில் மேற்பார்வையாளராகப் பணியாற்றி ஓய்வு பெற்றவர். அவருக்கு இரண்டு மகன்களும் ஒரு மகளுமுண்டு. அதிலொருவன் தான் நாங்கள் காணச் செல்லும் வாசுதேவன். வாசுதேவனுக்கு இப்போது முப்பத்தியிரண்டு வயது. நான்கு வருடங்களாக சுய நினைவின்றி இருக்கிறான். பல மருத்துவ முறைகளை முயற்சி செய்தாகிவிட்டது. ஆனால் இதுவரை எதிலும் பயனில்லை. இறுதி நம்பிக்கையாக அவர்கள் ஆயுர்வேதத்தை நாடி எங்கள் பேராசிரியரிடம் வந்திருக்கிறார்கள்.

வீட்டின் உள்ளறை ஒன்றில் ஆஸ்பத்திரி மடக்கு கட்டிலில் கிடந்தது அந்த உருவம். ஒரு கணம் மனம் அதிர்ந்தது. வெறும் எலும்புகளை மட்டும் கொண்டு மூட்டிய உடல். எலும்புகளுக்கு மேல் தோலை யாரோ உருக்கி ஊற்றியது போலிருந்தது.

சதை என்ற ஒன்று இல்லவே இல்லை. இரண்டு நாசிகள் வழியாகவும் குழாய்கள் உள்ளே சென்றன. புறங்கையில் ட்ரிப்ஸ் ஏற்றுவதற்குத் தோதாக நிரந்தரமாக நாள ஊசி குத்தப் பட்டிருந்தது. கண்கள் குழியின் ஆழத்திற்குள் தத்தளித்துக் கொண்டிருந்ததை மூடிய இமைகளுக்கு மேல் புலப்படும் அசைவுகள் காட்டிக் கொடுத்தன. கன்னங்கள் உள் பக்கமாகச் சப்பிப் போயிருந்தன. மொட்டையடித்து இரண்டு நாள் ஆன மாதிரி ஒட்ட வெட்டப்பட்ட தலை மயிர். அதுவும் தாறுமாறாக வெட்டப்பட்டிருந்தது. அநேகமாக வரதராஜனின் வேலையாக இருக்கும். வலது பக்கம் மண்டையோட்டின் ஒரு பகுதியைக் காணவில்லை. அங்கு ஒரு பள்ளத்தாக்கு இருந்தது. இரண்டு கோரைப் பற்கள் இருந்தால் ஆங்கில சினிமாக்களில் வரும் உயிர் குடிக்கும் உயிரற்ற ஃஜோம்பி எனச் சொல்லிவிடலாம். இளங்கோ அந்தப் பகுதியை தொட்டுப் பார்த்தான். "மெதுக்குன்னு இருக்குடா... மூளைய தொட்டுட்டேனோ?" என காதில் கிசுகிசுத்தான்.

"அது, தலையில ப்ரெஷர் அதிகமாயிடுச்சுன்னு இந்த மண்டையோட்டு எலும்ப எடுத்துட்டாங்க, இங்கிருந்து அந்த மூளை திரவம் நேரா குடலுக்கு போற மாதிரி ட்யூப் போட்ருக்காங்க" என்றார் வரதராஜன்.

"வாசு.. வாசு... இங்கப்பாருப்பா... இங்க பாரு... கண்ணு முழிச்சி பாருப்பா... கண்ணு தெரிச்சி சூடுப்பா... டாக்டர் ஒச்சினாரு..."

அனிச்சையாகக் கைகால்கள் அசைந்தன.

டாக்டர்ன சூடுப்பா... கொஞ்சம் சூடுப்பா"

இடது குச்சிக்கை கட்டிலின் விளிம்பில் நின்று கொண்டிருந்த என்னைத் தீண்டியது. கையை உதறிக்கொண்டு பின்வாங்கினேன். ஓர் அமானுஷ்யமான ஒலி வாசுவிடமிருந்து எழுந்தது. அடிவயிற்றிலிருந்து கிளர்ந்தெழும் கேவல். புறா குனுகும் ஒலியையொத்திருந்தது.

வரதராஜன் கீழே இருந்த சக்சன் எந்திரத்தை அழுத்தினார். ஒரு குழாயை எடுத்து வாய் வழியாக உள்ளே சொருகினார். கபத்தை மெல்ல அந்த எந்திரம் இழுத்தது. மெல்ல நெஞ்சை நீவிவிட்டார்.

"ஒகட்டிலேதுப்பா ஒகட்டிலேது... அது புது ஆளுங்க

இல்லையா... அதான் பதட்டப்படுறான்... நாம சொல்றது எல்லாம் அவனுக்கு கேக்கும் சார்... பழகப் பழக சரியாயிடும்"

என்னால் அங்கு நிற்க முடியவில்லை. இன்ன உணர்வு என்று பிரித்தறிய முடியாத ஏதோ ஒன்று என்னை உந்தித் தள்ளியது. நான் அந்த அறையை விட்டு வெளியேறி முன்னறை சோஃபாவில் சென்றமர்ந்தேன். உள்ளே பேராசியரும் வரதராஜனும் ஏதோ விவாதித்துக் கொண்டிருந்தார்கள். இளங்கோவும் உள்ளே இருந்தான்.

"என்ன தம்பி... வந்துட்டிங்க?" என்றார் அந்த வீட்டு அம்மா.

வியர்த்திருந்தது ."இல்ல... ஒருமாதிரி காத்து இல்லாம இருந்துது அதான்".

ஃபோனை எடுத்துக்கொண்டு பேசும் பாவனையுடன் வேக வேகமாக வீட்டைவிட்டு வெளியேறி பேராசிரியரின் காருக்கருகே நின்றுகொண்டேன். படபடப்பும் வியர்வையும் அடங்குவதாகத் தெரியவில்லை.

வாசுதேவன், பூமியின் நாயகன். பூவுலகத்தைக் காப்பவன். அலகிலா விளையாட்டு புரியும் லீலா வினோதன். அழிவற்ற பரம்பொருள். நல்ல அவல நகைச்சுவை. காலடி விழுந்தோறும் சிதறும் எறும்புக் கூட்டம் போல் மனம் சிதறிச் சிதறிக் கூடியது. பத்து பதினைந்து நிமிடங்கள் கழித்து இளங்கோவும் பேராசிரியரும் பேசிக்கொண்டே வெளியே வந்தார்கள். வரதராஜனும் அவருடைய மனைவியும் வாசல்வரை வந்து வழியனுப்பியபோதும் கூட நான் அவர்களைக் கண் கொண்டு பார்க்கவில்லை.

"தம்பி... உங்களத்தான்... ஏதோ பதட்டமா இருக்குறாப்ல தெரியுது... போன்ல ஏதாவது செய்தியா? எதுவா இருந்தாலும் பாத்து நிதானமா போங்க" புண்ணுக்குள் விரல் விட்டது போலிருந்தது அந்த அம்மையாரின் கரிசனம்.

எங்களிடம் சிகிச்சை செயல் திட்டத்தை விளக்கிக்கொண்டே வந்தார் பேராசிரியர். எதுவும் என்னுள் போய்ச் சேரவில்லை. சிகிச்சை செய்ய இவர் ஏன் ஒப்புக்கொண்டார் எனத் தெரியவில்லை. அங்கு என்ன இருக்கிறது? உயிருள்ள பிணம்.

எங்களைப் பேருந்து நிலையத்தில் இறக்கி விட்டுவிட்டு கார் விரைந்தது.

“மாப்ள, இவருக்குன்னு வந்து வாய்க்குறானுங்க பாரு… பாத்திய அங்க கொண்டு போய் இறக்கி வெக்க சொல்லிருக்கார்… பிழிச்சலாம், நவரக் கிழியாம், வஸ்தியாம், மூக்கு குழாய் வழியா தங்க பஸ்மமாம், என்னென்ன எல்லாம் வில ஜாஸ்தியோ எல்லாத்தையும் அடுக்கிட்டாரு நம்மாளு… எங்க பிள்ளைய காப்பாத்தி கொடுத்தா போதும், என்ன வேணாலும் செய்ங்க அப்டினுட்டாரு அந்த ஆளு… நாளுக்கு ஆயிரத்தைந்நூறு ரூபா சொல்லிருக்கார்… உனக்கும் எனக்கும் சேத்து முந்நூறு தராராம்… எல்லாம் காசுடா”

“அவருகிட்ட சொல்லி பாப்போம்டா… இது சரி வராது…”

“பேசிப் பாரு… அதெல்லாம் அவருக்கும் தெரியும்டா… தெரியாமையா? அந்தாளா வந்து சிக்குறார்… எதுக்கு விடணும்னு நெனப்பார்… வண்டில அவரு பேசுனத நீ கேக்கலையா? நீ எங்கயோ பாத்துக்கிட்டு வரும்போதே நெனைச்சேன்.. யாரோ ஒருத்தன் இப்படி தான் இருபத்து மூனு வருஷம் கழிச்சி கோமாவுலேந்து கண்ணு முழிச்சானாம் அமெரிக்காவுல, ஃப்ரான்சுல பத்து வயசு பையனா கோமாவுல போனவன் அப்புறம் பதினெட்டு வருஷம் கழிச்சி முழிச்சானாம்… அதனால நம்பிக்கையோட செய்யணும்னு சொல்றாரு”

“இதெல்லாம் எங்கயோ, யாருக்கோ நடக்கிறதுடா… அவனுங்க எல்லாம் ஆயுர்வேத ட்ரீட்மென்ட் எடுத்து தான் கண் முழிச்சாங்களா? எனக்கு அவன திரும்பிப் பாக்க போகணும்னாலே என்னமோ செய்யுது… நீ வேணும்னா கணேஷ கூட்டிட்டுப் போ”

ஒரு வாரம் கழித்து நானே இங்கு வந்து நிற்கிறேன். கணேஷுக்கு வேறு இடத்தில் வேலைக் கொடுத்திருந்தார். பட்டணத்தின் மறுகோடியில் உள்ள வேறொரு நோயாளிக்குக் கண் சிகிச்சை செய்ய வேண்டும்.

“டே குடிடா” இளங்கோ பூஸ்ட் குடித்துவிட்டு என்னைப் பார்த்துச் சொன்னான்.

வரதராஜன் கையைக் கைலியில் துடைத்தபடியே வெளியே வந்தார்.

“வாங்கத் தம்பி… போலாம்”

ஒரே மடக்கில் ஆறிய பூஸ்டைக் குடித்துவிட்டு எழுந்தோம்.

“ரே வாசு… இக்கட சூடுப்பா…”

ஒன்றும் அசையவில்லை. குச்சிக்கால்கள் இரண்டும் வலப்பக்கமாக மடிந்து கிடந்தன. நானும் இளங்கோவும் எண்ணெய் சூடு செய்தோம். அன்று அபியங்கமும் கிழியும் செய்ய வேண்டும்.

எண்ணெய் கிண்ணத்தில் விரல் விட்டு பார்த்தார். "பார்த்துப்பா... ரொம்ப சூடாக்க வேணாம்" என்று வாசுவை எங்களிடம் ஒப்படைத்துவிட்டு அவர் வெளியேறினார்.

ஏதோ நினைவு வந்தவராக மீண்டும் அறைக்குள் வந்து, "தம்பி, திடீர்னு சளி ஒரு மாதிரி அடைக்கும், சத்தம் போடுவான், அப்ப இந்த சக்சன் போட்றுங்க" என்று சொல்லிவிட்டு மீண்டும் மறைந்தார். சுவரில் ரமணரும், அரவிந்தரும், இன்னும் இன்ன பிற நவீன குருமார்களும் புகைப்படங்களாக வாசுதேவனை வேடிக்கை பார்த்துக் கொண்டிருதார்கள்.

அருகிலுள்ள மரப்பாத்தியில் வாசு படுத்துறங்கிய விரிப்புடன் சேர்த்து தூக்கி வைத்தோம். ஆறடி வளர்ந்த எலும்பாலான குழந்தை. எடையற்று இருந்தான். முதல் ஸ்பரிசத்தில் ஏதோ ஒன்று பிசுபிசுவென்று ஒட்டுவது போலிருந்தது. மெல்லத் தயங்கித் தயங்கி எண்ணெய்யை எடுத்து மெதுவாக கரங்களில் தடவினோம். மூங்கில் கழிகளுக்கு நீவி விடுவது போலிருந்தது. அவனுடைய முகத்தைப் பார்க்காமல் வேலை செய்ய பழகிக் கொள்ள வேண்டும். அவனுக்கு இது எப்படி இருக்கும்? வலிக்குமா? சுடுமா? சுகமாக உறக்கம் வருமா?

காலைப் புரட்டும் போதுதான் கவனித்தோம் சப்பைக்குக் கீழ் படுக்கைப் புண் உண்டாயிருந்தது. கதவைத் திறந்து கொண்டு வரதராஜன் வந்தார்.

"தம்பி முடிஞ்சுருச்சா? அவனுக்குப் பசிக்கும்... கஞ்சி கொடுக்கணும்..."

"நீங்க கொடுங்க... இன்னும் கிழி பாக்கியிருக்கு... ஒரு பதினஞ்சு நிமிஷம் ஆகும்... கொஞ்சம் பவுடர் போடுங்க, அப்பப்ப திருப்பிப் படுக்க வைங்க... கீழ புண்ணு இருக்கு" என அவரிடம் புண்ணிருக்கும் பகுதியை சுட்டிக் காட்டினேன்.

"அய்யய்யோ... கவனமாதான் இருந்தோம்... எப்படியோ வந்துடுச்சு... பாத்துக்குறேன்'"

மூக்குக் குழாய் வழியாக கஞ்சியை ஊற்றினார்.

"வாய் வழியா சாப்ட்டு பல வருஷம் ஆச்சு, ருசிய மறந்திருப்பான்...". நிதானமாக கடைசி துளி வரை ஊற்றி முடித்துவிட்டு "சரி நீங்க வேலைய பாருங்க.." என்று சொல்லிவிட்டு சடாரென்று வெளியேறினார்.

கிழி செய்து முடித்துத் துடைத்து விட்டு மெதுவாகத் தூக்கி மீண்டும் படுக்கையில் கிடத்தினோம். போர்வையும் கோமணமும்தான் வாசுவின் உடை. கிழி செய்து முடித்தால் குளிரும். போர்வையைப் போர்த்திவிட்டு வியர்வை வழிய வெளியே வந்தோம்.

"முடிஞ்சுருச்சா? அங்க கைகால் கழுவிக்கலாம்... போங்க" என்றார் அம்மா.

கிளம்பினோம். மீண்டும் நாளை காலை இதே நேரத்திற்கு வருவதாகச் சொல்லிச் சென்றோம். அத்தனை அருவருப்பாகத் தோன்றவில்லை இப்போது. ஆனால் நம்பிக்கையில்லை. உண்மையில் இவன் உயிர் வாழ்ந்து என்ன பயன் என எனக்கு விளங்கவில்லை. உண்மையில் அவனை மீட்டிட முடியும் எனத் தோன்றவில்லை. இத்தனை செலவு செய்து சிகிச்சை செய்வது வீண் என்பதே எண்ணம். இப்படியே காத்துக் கொண்டிருப்பதில் என்ன பொருள்? எஞ்சியிருப்பவர்களின் ஆற்றலையும், நம்பிக்கையையும், செல்வத்தையும் உறிஞ்சுவதைத் தவிர வேறு என்ன பயனுள்ளது இந்த உயிருக்கு? உண்மையில் என் உயிருக்கு என்ன பயன்? அல்லது பிறக்கும் மரிக்கும் எந்த உயிருக்கும்தான் என்ன பயன் இருந்திட முடியும்? விளங்கவில்லை. சுவாசம் ஒருமாதிரி தறிகெட்டு ஓடிக்கொண்டிருந்தது. மெல்ல கேள்விக் களைகளை ஒவ்வொன்றாக கெல்லி எறிந்து கொண்டிருந்தேன். வீரியத்துடன் புதிது புதிதாக அவை எழுந்து வந்தபடியே இருந்தன.

மறுநாளும் சென்றோம். கலக்கம் கொஞ்சம் குறைந்தது. ஒவ்வாத விஷயங்களுக்கும் மனம், வேறு கதியில்லை எனும்போது மெல்ல சமரசமடைந்து பழகிக் கொள்கிறது. ஒருவாரம் இப்படியே வருவதும் போவதுமாகக் கழிந்தது. மெல்ல எனக்கும் வாசுவுக்கும் ஒருவித பரிச்சயமும் நட்பும் மலர்ந்தது. உடல் ரீதியாக எந்த மாற்றமும் அவனிடம் தென்படவில்லை. அவ்வப்போது தன்னிச்சையாக கைகால்கள் அசையும். சில முனகல் ஒலிகள் எழும். வாய் மட்டும் திறந்து மூடும். இளங்கோவும் இப்போது புலம்புவதில்லை. அவனும் ஏறத்தாழ இதே மனநிலைக்கு வந்துவிட்டான். நொட்டைச்

சொல்லாத வாடிக்கையாளர் இக்காலத்தில் கிடைப்பதரிது என எண்ணியிருக்கக்கூடும். நாளடைவில் வாசு சொல்பேச்சு கேட்கும் விளையாட்டுப் பொருள் ஆனான். உற்சாகமாகக் கிளம்பி வரத் தொடங்கினோம். தினமும் வரதராஜன் தவறாமல் "என்னப்பா சரியாயிடுமா? ஏதாவது முன்னேற்றம் தெரியுதா?" என்று கேட்பார். கொஞ்சம் காலம் பிடிக்கும் பார்க்கலாம், என்பது போல் பட்டும் படாமல் எதையாவது சொல்லிச் செல்வோம்.

பத்து பதினோரு நாள் கழிந்திருக்கும். அன்று வஸ்தி கொடுத்தோம். கஷாயம் செய்து ஆசனவாய் வழியாக மருந்தைச் செலுத்தினோம். ஒரு நிமிடம் கூட மருந்து தங்கவில்லை. போன வேகத்தில் திரும்பி வந்தது. கை சுத்தம் செய்து கொண்டு கிளம்பும்போது வரதராஜன் வந்தார்.

"தம்பி உங்கக்கிட்ட கொஞ்சம் பேசணும்... சத்த நேரம் இருக்க முடியுமா?"

சோஃபாவில் அமர்ந்தோம். அந்த வீட்டு அம்மாவும் வந்து எங்களுடன் கூடத்தில் அமர்ந்தார். மெல்ல பேசத் தொடங்கினார்.

"தம்பி தப்பா எடுத்துக்காதீங்க... வாசுவப் பத்தி கொஞ்சம் பேசலாம்னு... இவன மாதிரி ஒரு புள்ள கிடைக்கமாட்டான் தம்பி... முன்னாடி கெடக்குற செடியெல்லாம் அவன் நட்டது தான்... பாத்துப் பாத்து தண்ணியூத்துவான்... இப்ப அவனுக்கு நாங்க தண்ணியா ஊத்திகிட்டு கிடக்கோம்... எங்க புள்ள வேலைக்கு எல்லாம் போக வேண்டாம். நடக்கக்கூட வேண்டாம், எங்ககூட பேசுனா போதும்... உங்க கைலதான் இருக்கு தம்பி" கண்களில் நீர் முட்டியது அவருக்கு.

என்ன சொல்வதென்றே தெரியவில்லை. ஒருகணம் நான் உண்மையில் நம்புவதைச் சொல்லிவிடலாமா என்றுகூட தோன்றியது.

"சார் எங்களால என்ன முடியுமோ அதச் செய்றோம்.. மீதி எல்லாம் அந்தக் கடவுள் கையிலதான்" என்று முந்திக்கொண்டு சொன்னான் இளங்கோ.

"புரியுது, நான் உங்கள குற சொல்லல... ஏதோ தோனுச்சு சொல்றேன். நீங்க அவன்கிட்ட பேசிப் பாருங்க தம்பி... நாம சொல்லுறது அவனுக்கு கேக்கும்... நல்லதா நாலு வார்த்தைய மனசார நினைச்சுக்கிட்டே நம்பிக்கையோட செஞ்சு பாருங்க...

தப்பா எடுத்துக்காதீங்க... அவன உங்க அண்ணனா நெனைச்சு செஞ்சு பாருங்க... அவன் நிச்சயம் நல்லா வருவான்.."

மௌனமாக அமர்ந்திருந்தோம். மெல்ல எழுந்து நின்று கிளம்பினோம். "சரி வர்றோம்... நாளைக்கு பாப்போம் சார்".

வண்டியில் அமர்ந்த பின் இளங்கோ சொன்னான் "மாப்ள.. அவுங்க பாவம்டா. ரொம்ப நம்புறாங்க. பூஸ்ட் குடிச்ச வீட்டுக்குத் துரோகம் பண்ணக் கூடாதுடா. ஒரு மாதிரியா இருக்கு... எதுவும் நடக்காதுன்னு சொல்லிரணும்டா. எதையாவது செஞ் சுக்குவாய்ங்க"

"வாசுகூட மனசு ரொம்ப நெருக்கமா ஆயிட்டிருக்குற மாறி இருக்குடா.. உனக்கு அந்த மாதிரி எதாவது தோணுதா? ரொம்ப நாள் பழகுன மாதிரி ஒரு ஃபீலிங்.."

சற்று நேரம் மௌனமாக இருந்தான். "எனக்கு அவன் மேல எல்லாம் எதுவும் தோனலடா. ஆனா அவன் அப்பன் ஆத்தாள நெனைச்சாதான் ஒரு மாதிரியா இருக்கு.. அவன் போய்ட்டானா அவிங்களுக்கு செய்யுறதுக்கு எதுவுமே இருக்காதுல?"

பேச்சு கொடுத்தால்தான் என்ன? ஒருவேளை ஆழ்மனதில் அவனுக்கிருக்கும் உயிர் இச்சையைத் தூண்டி விட முடியுமோ என்னவோ. அவர் சொல்வதிலும் ஒரு நியாயமிருப்பதாகத் தோன்றியது. இளங்கோவிடம் நான் எதுவும் சொல்லவில்லை. ஆனால், மறுநாள் முதல் நான் மானசீகமாக அவனுடன் பேசத் தொடங்கினேன். "குட்மார்னிங் வாசு. நீங்கச் சீக்கிரம் குணமாயிருவீங்க... பழையபடி கைய அசைக்க முடியும்... கால அசைக்க முடியும்... வேலைக்குப் போகலாம்... அம்மாவும் அப்பாவும் உங்களுக்காக காத்துகிட்டிருக்காங்க... எல்லாம் சரியாயிடும்". மீண்டும் மீண்டும் மந்திரம் போல் மனம் அதையே உச்சரித்துக் கொண்டிருந்தது. "எல்லாம் சரியாயிடும்... எல்லாம் சரியாயிடும் நண்பா... எல்லாமே சரியாயிடும்" கண்களிலிருந்து நீர் தளும்பி வாசுவின் தோள் பட்டையில் வழிந்தது. எந்த அசைவும் இல்லை. எதுவுமே சரியாகாது. ஒருவேளை வாசுவிற்கும் இது தெரிந்திருக்கக் கூடும்.

நான்கைந்து நாள் கழிந்தது. வாசுவின் அறையிலிருந்து வரதராஜனுக்கு பதிலாக அவனுடைய அம்மா வெளியே வந்தார். பூஸ்ட் கலந்து எடுத்து வந்து கொடுத்தார்.

"தம்பி... சாப்பிடுங்க..."

“வாசு எங்களுக்குச் செல்லப் பிள்ள... தவமிருந்து பொறந்தவன். இப்பக்கூட அவன் கிட்ட மனசு விட்டு பேசிட்டு தான் வர்றேன். பாரமெல்லாம் கரைஞ்சுடும். பேசுறத கேக்க யாருக்கு தம்பி இப்ப பொறுமை இருக்கு... வாசு கேப்பான். தினம் நான் அவன்கிட்ட கதையெல்லாம் சொல்லுவேன். கஷ்டமெல்லாம் சொல்லுவேன். கண்ணத் திறந்து ஒருநாள் அவன் கவலைப் படாதம்மான்னு சொல்லுவான். அது மட்டும்தான் என் நம்பிக்கை...” குரல் நெகிழ்ந்தது.

“எங்க வீட்டுல முதமுதல்ல டிகிரி வாங்கினது வாசுதான். எஞ்சினியர் ஆனான். நல்லா சம்பாதிச்சான். ஒரு ஆக்சிடென்ட்ல விழுந்து தலையில அடி பட்டுடுச்சு. உசுரு பிழைச்சதே பெருசு. பாக்காத வைத்தியமில்ல.. போகாத சாமியில்ல.. எல்லாம் அவன் சேத்து வெச்ச காச வெச்சு தான். சின்னவன் டிப்ளமா முடிச்சுட்டு கார் கம்பனில வேலைக்கு இருக்கான். அவனுக்கும் கல்யாணமாயி சம்சாரம் முழுகாம இருக்கா.. அவனையும் கேக்க முடியாது. மூத்த பொண்ணு வீட்டுக்காரர் பி.எஸ்.எஃப்ல வேலை பாத்து போன வருஷம் அஸ்ஸாம்ல இறந்துட்டாரு. அவ பேங்குல வேல பாக்குறா. மூனு வயசு குழந்தைய வெச்சுகிட்டு ஊர் ஊரா திரிஞ்சுகிட்டு இருக்கா. எங்ககிட்ட இருக்குறத பிரட்டி தர்றோம். நீங்கதான் ஏதாவது செய்யணும், உங்களையும் எங்க பிள்ளையா நெனைச்சு கேக்குறோம்” என்று சொன்னபோது அந்த அம்மாவின் குரல் தழுதழுத்தது.

இனியும் மறைப்பதில் புண்ணியமில்லை. தோன்றுவதைச் சொல்லித்தான் ஆக வேண்டும். முதற்கட்ட சிகிச்சை இன்னும் நான்கு நாளில் முடிவுக்கு வந்துவிடும். இளங்கோ என்னையே பார்த்தான்.

தயங்கியபடியே மெதுவாக பேசத் தொடங்கினேன். “அம்மா... கொஞ்சம் நான் சொல்லுறத கவனமா கேளுங்க... கொஞ்சம் கஷ்டமாதான் இருக்கும். ஆனா எனக்கு தோனுறத இப்பயும் சொல்லாம விட்டுறக் கூடாது. வாசுவோட பிரச்சனைக்கு எந்த வைத்தியமும் சரியா வரும்னு எனக்கு தோனலை.”

“இத்தன நாளு வந்துட்டு போனதெல்லாம் இத சொல்லத்தானா தம்பி? என்னதான் செய்ய முடியும்? அதையாவது சொல்லுங்க... அவனுக்கு வலிக்குதா எரியுதா எதுவுமே தெரியல”

“அம்மா... நல்லதுக்குதான் சொல்லுறேன். தப்பா

எடுத்துக்காதீங்க. எவ்ளோ நாள் உங்களால இத செய்ய முடியும்... எனக்குத் தெரியல. யோசிச்சுக்குங்க. சக்சன் போட கொஞ்சம் லேட்டானாக் கூட மூச்சு நின்னுடும். அதான் அவர் நிலைமை". படபடப்பாக இருந்தது. இத்தனை நாளாக மனம் இந்தப் பதிலைத் தான் யோசித்துச் சேமித்து வைத்திருக்கிறது போலும். தங்கு தடையின்றி குதித்து வந்துவிட்டது.

வரதராஜன் வாசலில் வரும் சத்தம் கேட்டது. அழுகை சட்டென்று நின்றது. எழுந்து சென்று கதவைத் திறந்துவிட்டு வீட்டுக்குள் மறைந்தார்.

வெளியே வந்தவுடன் இளங்கோ சீறினான்

"என்னமோ அன்பு, நட்புன்னு அன்னிக்கு பேசிக்கிட்டு திரிஞ்ச? நீ என்ன சொல்லிட்டு வந்துட்ட தெரியுதா? சரியான கிறுக்கன்டா நீ" அவன் கண்களும் லேசாக கலங்கியிருந்தது.

அடுத்து வந்த மூன்று நாட்களும் வாசுவின் அம்மா எதுவுமே எங்களிடம் பேசவில்லை. வரதராஜனும்கூட சரியாகப் பேசாதது போலிருந்தது. மறு நாளுடன் எங்கள் முதல் சுற்று சிகிச்சை முடிவுக்கு வருகிறது. எல்லாம் எடுத்து வைத்து சுத்தம் செய்து கொண்டிருந்தோம். வாசுவைப் பாத்தியிலிருந்து கட்டிலுக்குக் கிடத்தினோம். அப்போது அவன் கண்களைத் திறந்து ஒரு நொடி சிமிட்டியது போலிருந்தது. பிரமையா எனத் தெரியவில்லை. உற்று நோக்கினேன் எந்த மாற்றமும் தெரியவில்லை. மனம் கனத்திருந்தது. நண்பனிடம் பிரியா விடை பெறும் உணர்வு ஒரு மாதிரி நெஞ்சைப் பிழிந்து கொண்டிருந்தது.

வழக்கத்திற்கு மாறாக வரதராஜன் குறுக்கும் நெடுக்குமாக நடந்து கொண்டிருந்தார்.

"தம்பி... கொஞ்சம் பேசணும்."

"நீங்க அன்னிக்கு வாசுவப் பத்தி சொன்னத அவ என்கிட்டே சொன்னா. நாளையோட முடிச்சுக்கலாம். அடுத்த சுத்து எல்லாம் வேணாம். இது சரியா வரும்னு தோனலை. எனக்கு கொஞ்சம் பயமாருக்கு. அவன் திருப்பி பேசணும், நிக்கணும் நடக்கணுங்கற ஆசகூட இப்ப எனக்கு போய்டுச்சு. நாங்க பேசுறத கேட்டுகிட்டு அவன் இப்படியே வேணாலும் கிடக்கட்டும். தயவு செஞ்சு அவன இப்படியே விட்டு வைங்க அது போதும். எங்க காலம் வரை நாங்க என்னமோ பண்ணிக்குறோம்" குரல் ஒரு மாதிரி தாழத் தொடங்கியது.

"ரெண்டு மூனு நாள் கழிச்சு போன் செய்றேன், வந்து பாத்திய தூக்கிட்டு போய்டுங்க' என்று சொல்லிவிட்டு விடுவிடுவென்று உள்ளே சென்றார்.

இறுதிநாள் அன்று. வரதராஜன் வீட்டில் கூடுதலாக சலசலப்பு கேட்டுக் கொண்டிருப்பது போலிருந்தது. சிகிச்சை முடித்து அவனைக் கட்டிலில் கிடத்தினோம். எனது உணர்வை வாசு உணரக்கூடும். ஒரேயொரு சமிக்ஞை போதுமெனக்கு, நம் நட்புக்கு அடையாளமாக. மனம் ஏங்கியது. புதிதாக ஒரு படுக்கைப்புண் கிளம்பியிருப்பதைக் கவனித்தோம். சொல்லிவிட்டுச் செல்ல வேண்டும். கிளம்பும் போது அவன் கரங்கள் என் கரங்களைப் பிடித்து இழுத்தன. அல்லது இழுத்தது போலிருந்தது.

வெளியே வந்தபோதுதான் கவனித்தோம் மூட்டை முடிச்சுகளுடன் ஒரு பெண்ணும் அவருடைய பெண் குழந்தையும் வந்திருந்தனர். அந்தக் குட்டிப்பெண் பொம்மைகளை எல்லாம் பரப்பி ஏதோ விளையாடிக் கொண்டிருந்தாள்.

"இது வாசுவோட அக்கா. வசுமதி. பேங்க்ல வேல பாக்குறா. வீட்டுக்காரர் எல்லை காவல் படையில இருந்தாரு" என்றார் வரதராஜன்.

"தெரியும் அம்மா சொன்னாங்க" வணக்கம் வைத்தோம்.

"அவளுக்கு இங்க ட்ரான்ஸ்பர் கிடைச்சுருக்கு. அதான் குழந்தையையும் கூட்டிக்கிட்டு இங்கயே வந்துட்டா..." என்றார்.

அவரிடம் கொஞ்ச நேரம் பேசிவிட்டு கிளம்பி வந்தோம்.

"மாப்ள, ஒரு மாதிரி நிம்மதியா இருக்குடா... கஷ்டமாவும் இருக்கு. ஒரு மாசம் இப்படியே பழகிட்டோம்ல" என்று சொல்லிக்கொண்டு வந்தான் இளங்கோ.

மனம் அமைதியில் நிலைத்தது. அரித்துக் கொண்டிருந்த ஏதோ ஒரு கேள்விக்கு மனம் விடையை உணர்ந்தது போல். பிரபஞ்ச நியதிகள் எல்லாம் இதுதான் என்று தெளிவாகத் துலக்கமடைந்துவிட்டது போல் தோன்றியது. ஒவ்வொரு வாழ்க்கைக்கும் ஒரு நோக்கமிருக்கிறது, என் வாழ்விற்கும் ஒரு அர்த்தமிருக்கிறது. நீண்ட நாட்களுக்குப் பின்னர் நிம்மதியாக உறங்கினேன்.

மூன்று நாட்களுக்குப் பின்னர் இளங்கோவிடமிருந்து அழைப்பு வந்தது. வண்டியை எடுத்துக்கொண்டு உடனே வரதராஜனின் வீட்டிற்குப் போனேன். வாயிலில் நான்கைந்து பைக்குகளும், இரண்டு மூன்று கார்களும் நின்றன.

வரதராஜன் வெற்றுடம்புடன் முற்றத்தில் தலை குனிந்து அமர்ந்திருந்தார். நான்கைந்து பேர் அவரைச் சுற்றி அரைவட்டமாக மவுனமாக நின்றிருந்தனர். இளங்கோ ஒரு மூலையில் தென்னைமரத்தடியில் நின்றுகொண்டிருந்தான்.

“பாத்திய ஏத்திட்டு வர சொன்னாருடா, அதான் வந்தேன்... பாத்தா வாசு காலேல போய்ட்டானாம்” இளங்கோ தணிந்த குரலில் சொன்னான். என்னென்னவோ காட்சிகள் ஒரு நிமிடம் தோன்றி மறைந்தன. மெல்ல வாசுவை வைத்திருந்த அறைக்கு அருகே சென்றோம். அந்த அம்மா சுவரோரம் சாய்ந்து கண்களை அகல விரித்து எதையோ வெறித்தபடி அமர்ந்திருந்தாள். வாசுவின் அக்கா “இட்ட போட்டீவேரா“ என்று அழுது அரற்றிக் கொண்டிருந்தாள்.

“ரெண்டு மூனு தடவ கண்ணு முழிச்சிப் பாத்தானாம். கையக்கூட பிடிச்சானாம். காலேல பெருசா சத்தம் போட்டானாம்..பக்கத்துல யாருமில்லயாம்.. இந்தக் குழந்த மட்டும் ஏதோ விளையாடிகிட்டு இருந்துச்சாம்... கபம் அடைச்சுருக்கும் போல.. சக்சன் போடுறதுக்குள்ள போய்ட்டானாம். பாவம்” என்று யாரோ கூட்டத்தில் பேசிக்கொண்டிருந்தது காதில் விழுந்தது.

எல்லாரும் அமைதியாக முணுமுணுத்துக் கொண்டிருந்த போது சோஃபாவிற்கு அருகே ஏதோ சத்தம் கேட்டது. அந்தக் குட்டிப் பெண் குழந்தை கூடைநிறைய விளையாட்டுச் சாமான்களைக் கொட்டிக் கொண்டிருந்தாள். பொம்மைகளின் கைகளையும் கால்களையும் கழுத்தையும் திருகிக் கோணலாக என்னமோ செய்து கொண்டிருந்தாள்.

“யாலவே இட்ட சேஸ்தா... தெப்பலு காவன்னா” சீறிக்கொண்டு எழுந்தாள் வாசுவின் அக்கா.

அதட்டிய அம்மாவின் குரலை காதில் வாங்காமல் அவள் தனக்குள் சிரித்துத் திளைத்தபடி தன்போக்கில் விளையாடிக் கொண்டிருந்தாள்.

- www.jeyamohan.in

ஆகஸ்ட் 2013, புதியவர்களின் கதை.

காளிங்க நர்த்தனம்

அவனுடைய முன்னோர்கள் நுழைந்தேயிராத அரியக்குடி கோவில் வெளிப்பிரகாரத்தைச் சுற்றி வந்தவன், அங்கே ரகரகமான தொந்திகளுடனும் கொண்டைகளுடனும், குறுவாட்களுடனும் கைகூப்பி நிற்கும் சிற்பங்களைக் பார்த்துக் கொண்டிருந்தபோது, பிடரியில் சடாரென்று ஒரு அடி விழுந்தது. 'அடிங் தாயோளி, கேளுடா, என்ன ஜிந்தன மயிரு வேண்டிக் கிடக்கு' இது மாணிக்கத்திற்கோ, முறுக்குசாமிக்கோ ஒன்றும் புதிதல்ல.

உருண்ட முலைகளும், புடைத்த காம்பும், மலர்ந்த முகம் போலிருக்கும் உந்திச்சுழியும் கொண்ட தலைகோலியோ, மடியில் கிடத்தி வயிற்றைக் கிழித்துக் குடலை உருவும் நரசிம்மமோ, பூமிக்கும் ஆகாயத்திற்குமாக நீளும் காலுடன் விண்ணளக்கும் திரிவிக்ரமனோ மாணிக்கத்தை இப்போது ஈர்ப்பதில்லை. இங்கே சிலையாகியிருக்கும் உண்மை மனிதர்களைப் பற்றி அவன் யோசித்துக் கொண்டிருந்தான். நானூறு வருடங்களுக்கு அப்பாலும் இதோ அவனுடைய அதே தொந்தியையும் குடுமியையும் தூக்கிக்கொண்டு நிற்க முடிந்திருக்கிறது. தனது சிற்பம் ஒன்றும் அந்த வரிசையில் வந்தால் எவ்வளவு நன்றாக இருக்கும்? தலைகோலிக்கு எதிராக நிற்க முடிந்தால் இன்னும்கூட கொண்டாட்டம்தான்.

"நீ என்னடா அந்த குண்டனுகள பாத்துகிட்டு நிக்கிற?"

"ஒன்னுமில்ல."

வெளியே வந்தார்கள். நரசிம்மர் சந்நிதியும் சுதர்சன ஆழ்வார்

சந்நிதியும் மண் சாலைக்கு அப்பால், ராஜகோபுரத்தின் எதிர்புறம் இருக்கிறது. முந்தைய இரவு துவங்கி அன்று அதிகாலைவரை பெய்த கனமழை அப்போதுதான் ஓய்ந்திருந்தது. குப்பைமேனியும் தும்பையும் மனிதக் கால்கள் படாத பகுதி முழுக்க கார்த்திகை மாத மழையில் துயிலெழுந்து நடைப்பரப்பை மெல்லச் செரித்து செழித்துக் கொண்டிருந்தன. நீர் சர்ப்பம் என கோவிலுக்கு முன்புள்ள மண்பாதையில் மழைநீர் நெளிந்தும் சுழிந்தும் ஏரியை நோக்கிச் சீறிக் கொண்டிருந்தது. ஆங்காங்கு சகதித் தீவுகள் தென்பட்டன. மாணிக்கம் ஜாக்கிரதையாக நீரில் கால்படாமல் சகதியில் காலடி பதித்தபடி வெளியேறிச் சென்றான். முறுக்குசாமி தன்போக்கில் நீரையும் சகதியையும் பொருட்படுத்தாமல் நடந்து வந்தார்.

வழக்கம் போல் நரசிம்மர் சந்நிதிக்கு எதிரே உள்ள தூணில், குழந்தைக் கண்ணன் பாம்பின் வாலைப் பிடித்துக்கொண்டு அதன் தலையின் மீது நடனமிடும் காளிங்க நர்த்தனப் புடைப்புச் சிற்பத்தை உற்றுப் பார்த்தபடியே இருந்தார். அழகிய சிறு தொந்தி, வட்ட முகம், கால் மடிப்புகள்கூட தென்படும், இடக்கால் பாம்பின் தலை மீது ஊன்றியும், வலக்கால் அந்தரத்தில் நின்றபடி இருக்கும். பயமறியாது படமெடுத்துச் சீறும் ஐந்தலை நாகத்தின் மீது குதித்தாடும் குழந்தை. முறுக்குசாமி அநேகமாக அங்கிருக்கும் எல்லா சிற்பங்களுக்கும் வினோதமான விளக்கங்கள் கொடுத்திருக்கிறார். ஆனால், இந்த காளிங்க நர்த்தனம் மட்டும் விடைகாண முடியா புதிராக அவரை அமைதியில் ஆழ்த்தியது. சற்று நேரம் அங்கேயே அவருடன் நின்றுவிட்டு விடைபெற்றுக்கொண்டுவிடுவது மாணிக்கத்தின் வழக்கம்.

முறுக்குசாமியுடனான முந்தைய நினைவுகளைத் துழாவிக் கொண்டிருந்தான். அன்றொரு நாள் “இங்கன வந்து இதத் தொட்டுப் பாரு” அவனுடைய கையை இழுத்துக் கொண்டு போய் ஒரு தூணின் புடைப்புச் சிற்பத்தில் வைத்தார் முறுக்குசாமி. உள்ளிருந்து லேசாக ஈரம் பரவியிருந்தது. அந்தக் கல்தூண் காலைகளில் ஈரமாக இருக்கும். அதைப் பார்ப்பதற்காகவே ஒரு கூட்டம் கோவிலுக்கு வருவதுண்டு. சூரியன் ஏற ஏற இயல்பாகி சூரியன் இறங்க இறங்க ஈரமாகும் வினோதமான தூண். தலைகோலிக்கு எதிரே விரிசடையுடன் கால் மடக்கி ஒட்டிய வயிறுடன் அமர்ந்திருந்த முனிவரின் சிலை அதிலிருந்தது. முனிவருக்குக் கீழே இரட்டை நாகங்களின்

புடைப்புச் சிற்பம் ஒன்றையொன்று பின்னி முகம் நோக்கியது.

“இது யாருன்னு தெரியுமா?”

“பதஞ்சலி” என்றான் அமைதியாக மாணிக்கம்.

“பெருசா கண்டுட்டான்.. அவிசாரிமொவன்”

முறுக்குசாமி தசாவதார மண்டபத் திட்டில் உட்கார்ந்துகொண்டு சொன்னார் “அவென் யாரு தெரியுமா? பதஞ்சலியாம்ல... என்ன எலியா வேணா இருக்கட்டும்... அவன் ஒரு முனி, தவம் கிடக்குற முனி, தவம்னா என்ன தெரியுமா? சூடு, தன்னையே எரிக்குற சூடு, சூடுன்னா பசி, நெருப்பு, அந்தா நிக்குறாளே பாண்டி நாட்டு அவிசாரி அவளுக்காக நித்தம் தவம் கெடக்கான். அவள நெனச்சு நிதமும் ராவுல பசிச்சு ஏங்குறான், அந்த வெக்கை தினமும் அவனை உருக்குது. வேர்த்து புழுங்கிகிட்டே இருக்கான். இங்கனயும் இல்லாம அங்கனையும் இல்லாம கிடந்து அலக்கழியிறான்.”

இத்தகைய ஞானச் சிதறல்களுக்காகத்தான் மாணிக்கம் அவரை தினமும் சந்திக்கிறான் எனத் தோன்றும். மாணிக்கம் வேலைக்குச் சேர்ந்த ஒன்றரை ஆண்டுகளாகவே தினமும் காலை அரியக்குடி கோவிலை ஒருமுறை சுற்றிவிட்டு ஆபிசுக்கு போவதுதான் வழக்கம். கோவில் வாசலில் அமர்ந்திருக்கும் ஆண்டிகளில் மற்ற அனைவரும் “கோவிந்தா” என முழங்கி வருவோர் போவோரிடம் யாசகம் கேட்க, ஒருவர் மட்டும் மழுங்கச் சிரைத்த முகத்துடனும் நரைத்த முறுக்கு மீசையுடனும் வெறுமே அமர்ந்திருப்பார். திருவோடு அப்படியே கிடக்கும். ஆட்கள் வரும்போது, வேறு பக்கமாக முகத்தைத் திருப்பிக் கொள்வார். மாணிக்கம் கவனித்துக்கொண்டு தானிருந்தான். மாணிக்கம் கவனிப்பதை அவரும் கவனித்துக் கொண்டுதான் இருந்தார்.

ஒருநாள் மாணிக்கம் வெளியே வரும்போது “பத்து ரூவா போட்டுட்டு போ,” என்று அவனிடம் கடுமையாகச் சொன்னார். அவனுக்கு ஆத்திரமாக வந்தது, ஆனால் அவனால் அதை மீற முடியவில்லை. காசைப் போட்டுவிட்டுதான் கிளம்பினான். அதன் பின்னர் அவனிடம் மெல்லப் பேச்சு கொடுக்கத் துவங்கினார். தினமும் இருவரும் பிரகாரத்தைச் சேர்ந்து சுற்றிவரத் துவங்கினார்கள். “மனசு ஒரு குரங்குடா, அத அடக்குனவன் அனுமன், அவன் கடவுள், புரியுதாடா குரங்குப் பயலே?” என்றார் ஒருமுறை புணரும் குரங்குகளின்

புடைப்புச் சிற்பத்தைக் காட்டி. சில நாட்கள் எதுவுமே பேசாமல் வெறுமே பராக்கு பார்த்தபடி நடப்பார். எப்போதுமே சந்நிதிக்கு வரமாட்டார். கோவிலுக்கு வரும்போது அவரைக் காண்பது என்பது போய் அவரைக் காண்பதற்காகவே அவன் கோவிலுக்கு வரத் துவங்கினான்.

முறுக்குசாமியின் பூர்வாசிரம வாழ்க்கை எப்படிப்பட்டது என அறிந்து கொள்ள மாணிக்கம் முயன்றதுண்டு. அவரிடம் அவன் ஒருபோதும் நேரடியாக எதையுமே கேட்டதில்லை. பலவகையான ஊகக் கதைகளைச் சொல்வார்கள். அறுபத்தைந்து -அறுபத்தியெட்டு வயதிருக்கலாம். அரியக்குடி கோவில் வாசலுக்கு வந்து மூன்றாண்டுகள்தான் ஆகிறது. முறையாகத் துறவறம் பூண்டவர் அல்ல என்பதால் பூர்வாசிரமம் எனும் சொல் பொருந்தாது என்றார் திருமலை பட்டர். தேடப்படும் குற்றவாளி என்பதாலேயே எப்போதும் சிடுசிடுத்துத் தனித்துக் கிடக்கிறார் என்றார் கோவில் கணக்கர். அவருடைய ஆகிருதியை மனதில் கொண்டு முன்னாள் ராணுவ வீரர் என்றும் போலீஸ்காரர் என்றும்கூட சொல்வார்கள். இருவரும் சுருட்டுத் தோழர்கள் என்பதால் இளநீர் கடை மாரியிடம் மட்டும்தான் கொஞ்சமாக பேசுவார். ஆகவே, அவனுக்கு மாரி சொன்ன கதை கொஞ்சமேனும் நம்பக்கூடியதாக இருந்தது. வத்ராப்பு செம்பகத்தோப்புப் பகுதியில் வனத்துறை ஊழியராக இருந்தவர், அவருடைய ஒரே மகனை விஷக்காய்ச்சலில் இழந்த பின்னர் இப்படி தேசாந்திரியாகத் திரிய துவங்கினார். மருந்து நிறுவனங்களுக்கு பாம்பு விஷத்தைச் சேகரித்துக் கொடுக்கும் வேலையையும் அங்கிருக்கும்போது செய்திருப்பதாக பேச்சுவாக்கில் கூறியதைத் தாண்டி அவனுக்கும் பெரிதாக எதுவும் தெரியவில்லை.

பிள்ளைவாளின் அகால மரணத்திற்குப் பின்னர் அவனுடைய தகுதியைப் பரிசீலித்து யூனியன் ஆபிசில் ஒ.ஏ-வாக சேர்த்துக்கொள்ளப்பட்டு இன்று அரசாங்க உத்தியோகஸ்தனாக இருந்தாலும்கூட மாணிக்கத்திற்குப் பெரிய முன்கதைச் சுருக்கம் உண்டு. அவனுடைய தந்தை ராமலிங்கப் பிள்ளை நேர்மையான வி.ஏ.வோ எனப் பெயரெடுத்தவர். ஓய்விற்கு இன்னும் இரண்டே வருடம் பாக்கியிருக்கும்போதுதான் குண்டாற்றில் மணல் கடத்தலைப் பிடிக்கப் போய் லாரிக்காரனால் ஏற்றிக் கொல்லப்பட்டார். அது ஒரு பெரிய செய்தியாகி அவருக்காக இரங்கல் கூட்டங்கள், மெழுகுவர்த்தி ஊர்வலங்கள், கண்டன

ஆர்ப்பாட்டங்கள் எல்லாம் நடந்தன. ஆங்கிலச் செய்தித் தொலைகாட்சிகளில் அவரைப் பற்றி அரைமணிநேரச் சிறப்பு நிகழ்ச்சியில் அவர் பயின்ற நடுநிலைப் பள்ளி, மேல்நிலைப் பள்ளி, கல்லூரி, நீர் வாரி இறைத்த கிணறு, சிதைந்த வீடு எல்லாம் காட்டப்பட்டது, அவருடன் படித்த தோழர்கள் எல்லோரும் கிட்டிபுள்ளு விளையாடியதையும் என்.எஸ்.எஸ் முகாமிற்குப் போனதையும் பெருமையாக சொல்லிக் கொண்டனர். கடைசியில் அவருக்கு அவருடைய ஊரான நடுவிக்கோட்டையில் சிலைவைக்க வேண்டும் எனும் ஊர்மக்களின் கோரிக்கையை அரசு பரிசீலிப்பதாக அறிவிப்பு வந்து ஒரு வருடத்திற்கு மேலாகிறது.

மாணிக்கத்தின் இளைய சகோதரன் நல்லவிதமாகப் படித்து கல்பாக்கம் அணுமின் நிலையத்தில் வேலைக்குப் போனான். 2004 ஆம் ஆண்டு சுனாமி வந்தபோது, பேரலை அவனையும் வாரிச் சுருட்டிக் கொண்டது. உயிரோடிருந்தால் பெரும் அணு விஞ்ஞானி ஆகியிருப்பான் என ராமலிங்கப் பிள்ளை மட்டுமல்ல அவனுடைய அலுவலக உயரதிகாரிகள்கூட மெச்சிக் கொண்டார்கள். நல்ல கூறுடையவன் என்றே எப்போதும் அறியப்பட்டான். அவனுடைய பிரிவை மாணிக்கத்தின் அம்மாவால் தாங்கிக்கொள்ளவே முடியவில்லை. இறந்து பிறந்த குழந்தைக்குப் பிறகு கருவானவன் என்பதாலேயே இளையவன் மீது அவளுக்கு எப்போதும் கூடுதல் அக்கறை உண்டு. நல்ல நிலையில் இருக்கிறான் என்பதில் பெருமையும் வேறு. மெதுவாக மீண்டு வந்தவள் பிள்ளையின் மரணத்தால் மீண்டும் மனமொடிந்து போனாள். மாணிக்கத்திற்கு எஞ்சியிருக்கும் ஒரே உறவு அவள்தான். அந்தக் கடைசிப் பிடிப்பும் இளகுவதற்காகத்தான் அவனும் காத்திருக்கிறான்.

மாணிக்கத்திற்கு முப்பதோ முப்பதைந்தோ வயதிருக்கலாம். இந்திரா சவுந்தரராஜன் கதைகளின் வழியாக சித்தர்களின் உலகம் அவனுடைய பதின்ம வயதுகளில் பரிச்சயமானது. அங்கிருந்து கோடு பிடித்தாற்போல் மேலேறி ஜோசியம், சித்த மருத்துவம், யோகம், தியானம், யக்ஷி வசியம், ரசவாதம் என எதையெதையோ எங்கெங்கோ சென்று பயின்று வந்தான். புத்தகங்களைப் படித்து அவனே என்னென்னவோ முயன்றும் பார்த்தான். மண்டையோடுகளை வீட்டுக்குள் கொண்டு வந்தவன் ஏதோ வலிப்பு நோய்க்கு பற்பம் செய்கிறேன் என்று கிளம்பியதுவரை ராமலிங்கப் பிள்ளை அவனைப் பெரிதாகக்

கண்டித்ததில்லை. எத்தனை சொல்லியும் படிப்பு ஏறவில்லை. சிரமப்பட்டு இரண்டு மூன்று தடவை எழுதி ப்ளஸ் டூ தேறினான். அவன் வேண்டாமெனச் சொல்லியும் கேட்காமல் பி.ஏ-வுக்குச் சேர்த்துவிட்டார் பிள்ளை. கல்லூரிக்குச் செல்லத் துவங்கி நான்கு நாட்கள்தான் ஆகியிருக்கும், அன்று மாலை வழக்கமான நேரத்திற்குள் அவன் வீடு திரும்பவில்லை. இரவு பத்து மணி வரை காத்திருந்துவிட்டு டி.வி.எஸ் ஃபிப்டியில் சின்னவனை அழைத்துக்கொண்டு அவனைத் தேடிச் சென்றார். வியர்க்க விறுவிறுக்க சைக்கிளை வைரவபுரம் இறக்கத்தில் மெதுவாக அழுத்திக் கொண்டு வந்தான். அவரைக் கண்டவுடன் "அப்பா... இறங்கச் சொல்லுப்பா... அப்பா... அவளைக் கேரியரில் இருந்து இறங்கச் சொல்லுப்பா..." காற்றில் அவன் கரங்கள் எவரையோ பிடித்துத் தள்ளின. சைக்கிளை அழுத்த முடியாமல் சாய்ந்தபோது தாங்கிப் பிடித்தார். சைக்கிளும் அவனும் நாலாள் எடையிருந்தார்கள். "அப்பா... அவ சிரிக்கிறா... பல்லக் காட்டி கடிக்க வர்றா... போய்ச் சொல்லுப்பா... இறங்கச் சொல்லு" என்று பிதற்றிக்கொண்டே வந்தான். அவனை சைக்கிளில் வைத்து உருட்டிக்கொண்டே வீடு வந்து சேர்ந்தார்கள். நீலம் பாரித்து விறைத்துக் கிடந்தான். பின்னர் அவசர சிகிச்சை, மனோ வைத்தியம், நரம்பு டாக்டர் என எங்கெல்லாமோ அலைந்து உயிரை இழுத்துப் பிடித்து வைத்திருந்தார்கள். எப்போதும் அரை மயக்கத்தில் பிதற்றியபடியே கிடந்தான். அவனை இழந்து விடுவோமோ என்றுகூட அஞ்சினார். பின்னர் நேர்ச்சைகள், மந்திரிப்பு, பிரஸ்ணம், பரிகாரங்கள், செய்வினை அகற்றம், புண்ணியத்தலங்கள் என நான்கு மாதம் அலைந்தார். எதிலுமே பெரிதாகப் பலனில்லை. அவனில்லாத வாழ்விற்கு அவர்கள் தயாராகத் துவங்கிய நேரத்தில் தற்செயலாக அவர்கள் வீட்டிலிருந்த மருத்துவச் சுவடிகளைப் பெற்றுச் செல்ல வந்த இளம் சித்த மருத்துவர் ஒருவர் 'இது குண்டலினி நட்டுக் கொண்டதால்' வந்த விளைவு. தவறான யோகப் பயிற்சிகள் செய்யும்போது இப்படியாகும் என்றும், இப்படிப்பட்டவர்களைக் குணமாக்கும் யோகாச்சாரியரைத் தானறிவேன் என்றும் சொன்னார். அதன் பின்னர் கடைசி முயற்சியாக பெங்களூரில் உள்ள எஸ்வியாசா யோகா பல்கலைக்கழகத்தில் திரு. சாஸ்திரியைச் சந்தித்தார்கள். 'இது நாடிப் பிறழ்வு, கவலை கொள்ளத் தேவையில்லை' எனச் சொல்லி பதினைந்து நாட்கள் தங்க வைத்தார். மூச்சுப் பயிற்சி, பஞ்ச கர்மா என ஒருபாடாக உயிர் பிழைத்து மீண்டு வந்தான்.

ஒவ்வொரு தலைமுறையிலும் இப்படி ஒருவருக்கு ஏதாவது ஆகிவிட வேண்டும் என்பது பிள்ளை குடும்பத்தின் எழுதப்படாத விதி. நாற்பது ஐம்பது ஆண்டுகள் இருக்கலாம். பட்டுக்கோட்டையில் நண்பர்களுடன் சேர்ந்து மருந்துக்கடை வைத்திருந்த ராமலிங்கப் பிள்ளையின் சித்தப்பா குருசாமிப் பிள்ளையின் வீட்டினுள் ஒரு மழைநாள் இரவில் கருநாகம் சுருண்டு கிடந்தது. அன்று அங்கிருந்து தப்பிய நாகத்தை பிள்ளைப் பேறில்லா சித்தி தினமும் இரவு முற்றத்திலும், கூடத்திலும், சமையலறையிலும், உத்திரத்திலும், கனவுகளிலும், கயிறுகளிலும், நிழல்களிலும் பார்க்கத் துவங்கினாள். குருசாமி ஒரு மந்திரவாதியைக் கூட்டி வந்தார். அங்கே நடுக்கூடத்தில் புதைந்து கிடக்கும் புதையலைக் கருநாகம் காவல் காப்பதாகச் சொன்ன அவன், இருபத்தியோரு நாள் அதற்கு சாந்தி பூஜை செய்ய வேண்டும், அதுவரை ரகசியம் காக்கப்பட வேண்டும் என்றும் சொன்னான். மந்திரவாதி இரவுகளில் பூஜை செய்ய தினமும் வந்தான். இருபத்தியொராம் நாள், அமாவாசை அன்று பூஜையை முடித்துவிட்டு நடுக்கூடத்தில் ஆறுக்கு நாலு அளவில் குறித்துக் கொடுத்து புதையல் பெட்டி கிடைக்கும் வரை ஆழமாகத் தோண்டச் சொன்னான். குழியில் விட கோழி ரத்தமும் புதுப் பாலும் வேண்டும் என்றான். கோழி அறுக்கச் சென்ற அவனும், பால் கறக்கச் சென்ற சித்தியும் அதற்குப் பின்னர் திரும்பி வரவே இல்லை. குருசாமி பிள்ளை ஒவ்வொரு நாள் இரவும் தோண்டினார். உணவு, ஓய்வு ஒழிச்சல் இன்றித் தோண்டினார். எவர் சொல்லியும் அவர் நிறுத்தவில்லை. பிள்ளையும் அவருடைய அப்பாவும் போய் பேசிப் பார்த்தார்கள். புதையல், பூதம் என அரற்றிக்கொண்டே இருந்தார். மெல்ல ஆட்கள் வருவது குறைந்து நின்றே போயிற்று. அதன் பின்னர் குருசாமியை யாரும் பார்க்கவில்லை. இன்றும் கூட இரவுகளில் அங்கு அவர் மண்ணைத் தோண்டும் அரவம் கேட்பதாக அக்கம்பக்கத்தினர் சொல்வார்கள்.

அவர்கள் குடும்பம் சபிக்கப்பட்டது என்று எல்லோரும் பேச ஆரம்பித்தார்கள். முன்பொரு காலத்தில் மாணிக்கத்தின் மூதாதையர் ஒருவர் காடு மேடு அலைந்து திரிந்து பைராகிகளிடமிருந்து ரசவாதத்தைக் கற்றுத் தேர்ந்தார். கற்றுக்கொண்ட வித்தையை சுயநலத்திற்காக பயன்படுத்த கூடாது என பைராகிகளுக்கு அவரளித்த உறுதிமொழியை மீறி வீட்டுச் சாமான்களைப் பொன்னாக்கி விற்றார். பொன்னென வாங்கியவர்களிடமிருந்தவை கொஞ்ச காலத்திலேயே

பித்தளையாகவும் இரும்பாகவும் மாறின. ஏமாறியவர்கள் நியாயம் கிடைக்க அவரைத் தேடியபோது எங்கோ மறைந்துவிட்டார். அவர்களின் சாபம் குடும்பத்தை இன்று வரை துரத்துகிறது என்றார்கள்.

மாணிக்கத்திற்கே திருமணத்தில் பெரிதாக ஆர்வம் இல்லை என்றாலும், எவரும் பெண் கொடுக்க வராததற்கு அதுவும் ஒரு காரணம். ஆனால், துர்மரணங்கள் நேர்வதால் ஒரு குடும்பம் சபிக்கப்பட்டது எனச் சொல்வது அவனுக்கு கோபத்தை ஏற்படுத்தும். "எல்லோரும் சாகத்தானே போறோம், அப்டின்னா சாபத்த சுமந்துகிட்டுதான பிறந்திருக்கோம்," என்பதே அவனுடைய பதில்.

★★★

"கிளம்புறேன் சாமி" என்றபோதுதான் கவனித்தான், முறுக்குசாமியின் கண்கள் சிவந்து கலங்கியிருந்தன. "கண்டாரவோலி... ஏறிட்டானே" என்று முணுமுணுத்தார். "எம்மவளும் கூட ஏறியிருப்பா.. நாமளும் சின்ன வயசுலேயே ஏறியிருக்கணும். இது தெரியாம இம்புட்டு தொலவு வந்துட்டேன். ஒன்னைய வேற இழுத்துக்கிட்டு திரியுறேன். நாமெல்லாம் அந்த சின்னப்பய பாம்பு மண்டையில ஓடியாந்து ஏறி நடக்க, கிடக்க வேண்டிய சவம்... வெறுஞ் சவம்... அம்புட்டுதான்..." குரல் தழைந்தது. மாணிக்கம் அவர் தோளை ஆதரவாகப் பிடித்துக்கொண்டான். அதிர்ந்து கையைத் தள்ளிவிட்டு அங்கிருந்து விடுவிடுவெனச் சென்றார். பின் தொடர்ந்து செல்வதற்கு யத்தனித்தபோதுதான் பாம்புத்தலை மீது நடனமாடும் கண்ணனின் முகத்தை கவனித்தான். சிற்பக் கண்ணன் ஒருகணம் மாணிக்கத்தைப் பார்த்துப் புன்னகைத்தான். குழந்தையின் கபடமற்ற புன்னகை. உடல் நடுங்கியது. வாயால் இழுத்து மூச்சு விட்டான். திரும்ப முகம் கொண்டு பார்ப்பதற்கு அஞ்சி அவசர அவசரமாக அங்கிருந்து வீட்டுக்குச் சென்றான். நேராக கழிப்பறைக்குள் ஓடினான். பின்னர் குளிர் நீரை தலையில் ஊற்றிக் கொண்டான். திருநீறை அள்ளிப் பூசிக் கொண்டான். வழக்கத்திற்கு மாறாக எட்டு இட்லிக்களை வேக வேகமாக விழுங்கினான். நடுக்கம் நிற்கவே இல்லை.

அலுவலகத்திற்குச் சென்றான். வெறுமனே இங்கேயும் அங்கேயுமாக திரிந்தான். அலுவலகத்திலும் வேலை ஓடவில்லை. செயலற்று அமர்ந்திருந்தான். மதியமே வீட்டுக்குத் திரும்பி உறங்க முயன்றான். உறக்கம் பிடிக்கவில்லை. பற்கள்

நரநரத்தன. புருவ மத்தியில் வலி முனை கொண்டது. எதிலோ வழுக்கிக்கொண்டு போவது போல் இருந்தது. வானத்திலிருந்து கீழிறங்கும் வழுக்கு மரம், இல்லை அது ஒரு பிரம்மாண்டமான சர்ப்பத்தின் முதுகு போலிருந்தது. இல்லை அது அதன் பிளந்த சிவந்த நாக்கு. பெருங்கூட்டம் அதைச் சுற்றிக் கூடியிருந்தது. அங்கே அவனுக்காக ஒரு சிறுமி பச்சை நிறப் பாவாடை அணிந்து காத்துக் கொண்டிருந்தாள். அவளுக்கும் முறுக்கு மீசை இருந்தது. யார் யாரோ மன்னர்கள், கோட்டு சூட்டு போட்ட கனவான்கள், நவநாகரிக இளைஞர்கள், தாடி வைத்த கிழவர்கள், சாமியார்கள், துறவிகள், குழந்தைகள். தடி வைத்திருக்கும் ஒரு கிழவர் அதில் ஏறுகிறார், தலை வரை சென்ற அவர் தலைகுப்புற விழுகிறார். எல்லோரும் சிரிக்கிறார்கள். குச்சி குச்சியாக முள் போல் நீட்டிக் கொண்டிருக்கும் தலைமயிர் கொண்ட கோட்டு சூட்டு போட்ட வெள்ளைக்கார கனவான் ஒருவர் ஏறுகிறார், அவரும் சறுக்கி விழுகிறார். கூட்டம் ஆர்ப்பரிக்கிறது. பேரழகி ஒருத்தி ஒயிலாகச் செல்கிறாள். பார்வைக் கனலில் ஆவியாகிறாள். கூட்டம் மீண்டும் ஆர்ப்பரிக்கிறது. எல்லோரும் முண்டியடித்து ஏற முயல்கிறார்கள். மகத்தான வேடிக்கை நடந்து கொண்டிருப்பது போல் கொண்டாட்டமாக இருந்தது. காலை வாரிவிட்டு, ஒருவரையொருவர் தள்ளிவிட்டு விளையாடிக் கொண்டிருந்தார்கள். அதற்கு எவரோ மூக்கணாங்கயிறு கொண்டுவருகிறார். அமைதியாகக் கிடக்கிறது சர்ப்பம். எவரோ ஒருவர் அதன் முதுகில் சேணை கட்டுகிறார். அசைவற்றுக் கிடந்தது சர்ப்பம். எவரோ அதன் கழுத்தில் ஒரு நாய்ச் சங்கிலியை கட்டுகிறார். அடங்கிக் கிடந்தது சர்ப்பம். கூட்டத்தில் எத்தனையோ முகங்கள் அதே தொந்தியும், குறுவாளும், கொண்டையும் உள்ள சிலைகள் அங்கும் உறைந்த முகபாவத்துடன் நின்றிருந்தன. இன்னும் வேறு சிலைகளையும் கூட்டி வந்திருந்தன. முறுக்குசாமியும் ராமலிங்கப் பிள்ளையும், தம்பியும், குருசாமிப் பிள்ளையும்கூட கூட்டத்தில் நின்றிருந்தார்கள். நிதானமான ஒரு சுழிப்பில் எல்லாரையும் இறுக்கி, அதன் வாலைக் கவ்விக்கொண்டு, மெல்லச் சுழிந்து சுழிந்து இன்மையில் கரைந்தது.

- சொல்வனம், அக்டோபர் 2014

குருதிச் சோறு

1

பூம்... பூம்பூம்... பூம்...பூம்பூம்... சீரான நிதானத்துடன் ஏறி இறங்கிக் கொண்டிருந்தது உடுக்கையொலி. மெல்லிய எதிரொலியாக தூரத்து பறையோசை ஒலித்தது. மருலாளி கண்களை மூடி ஆழ்ந்த உறக்கத்தில் இருப்பவரைப் போல் வேப்பமரத்தடி மேடையில் அமர்ந்திருந்தார். நரைத்த வெள்ளி தலைமயிர், வறண்டு மெலிந்த தேகம். அடர் கருப்பு தேகத்தில் சிறு கீறல்களாக பழுப்பு ரேகைகள் வயிற்றில் ஓடின. காவி வேட்டியும் செவ்வரளி மாலையும் அணிந்திருந்தார். காலுக்கு கீழே நான்கைந்து பிரம்மாண்டமான வெட்டருவாள்கள் கூர்மூக்குடன், அவர் கால்களைத் தீண்டக் காத்திருந்தன. சிவந்த நாக்கை நீட்டி எதையோ விழுங்கக் காத்திருக்கும் தீ, பந்தத்தின் நுனியில் நின்றுகொண்டு காற்றில் இரை தேடித் துழாவிக் கொண்டிருந்தது.

சபரி கண்களை அகல விரித்து கண்கொட்டாமல் அந்தச் சுடரையே பார்த்துக் கொண்டிருந்தான். அவனுடைய விழிப்படலத்து ஈரத்தில் தீயொளி மினுங்கிக் கொண்டிருந்தது. பந்தத்திலிருந்து எண்ணெய் வடிந்து சபரியின் காலில் சொட்டியது. ஏதோ ஒரு கெட்ட கனாவிலிருந்து திடுக்கிட்டு விழித்தெழுவது போல் துணுக்குற்றான். காலைத் துடைத்துக் கொண்டான். தோல் சிவந்து எரிந்தது. அங்கே கும்பலில் சூழ்ந்து நோக்கும் ஒவ்வொரு கண்ணிலும் அந்தச் சுடர் எரிந்து கொண்டிருப்பது போலிருந்தது.

பக்கத்தில் கைகட்டி கண்மூடி நெகிழ்ந்து பரவசத்தில் விசும்பிக் கொண்டிருந்தார் ராஜம் மாமா. திருநீற்றுப் பட்டை வியர்வையில்

கருத்திருந்தது. ஓரத்தில் நின்று கொண்டிருந்த சுப்புணியின் அக்கா ஒருமாதிரி குழைந்து உருகிக் கொண்டிருந்தாள். பக்கத்தில் ஏதோ ஒரு ஆணுருவம் ஒரு கையை அக்காவின் பின்னால் கொண்டு சென்றதைப் பார்த்தான். சில நொடிகள் நிலைத்த பார்வையை சபரி அவசரமாக விலக்கிக் கொண்டான். சுடலை ஓரமாக நின்று ஐஸ் சப்பிக்கொண்டிருந்தான்.

கொஞ்சம் காற்று வீசி புழுக்கத்தைத் துடைத்தெடுத்தது. மரத்தில் கட்டப்பட்டிருந்த இரண்டு கரிய ஆட்டுக் குட்டிகள் கயிற்றை பலம் கொண்ட மட்டும் இழுத்துப் பார்த்து முட்டி மோதிக் கொண்டிருந்தன. இருளில் ஆட்டுக்குட்டிகளின் கண்களும் சுடர்ந்து கொண்டிருந்தன.

"இங்கேர்ரா சபரி... வேணுமா?" சுடலை ஐஸை நீட்டினான்.

சபரி சைகையில் வேண்டாம் என மறுத்தான். "டே வீட்டுக்கு போவோமா?"

"என்னா பயந்து வருதா... பயந்தாங்கொள்ளி பக்கோடா" கெக்கலித்துச் சிரித்தான்.

மெல்ல பூம் பூம் தாளம் வேகம் பிடிக்கத் தொடங்கியது. பறையொலியும் இப்போது வெகு அண்மையில் ஒலிப்பது போலிருந்தது. மருலாளியின் உடல் மெல்ல ஆடத் தொடங்கியது. மூடிய திரைக்கு அப்பால் கண்கள் குறுக்கும் நெடுக்கும் அலைந்து கொண்டிருந்தன.

"இதெல்லாம் எனக்கென்ன பயம்? எங்கூர்ல நாங்க பாக்காததா... நேரமாகுதுல அதான்... பாட்டி திட்டும்"

"இன்னும் ஒரு பத்து நிமிஷம் நில்லுடா... நாடகம் பாக்கக்கூட நிக்க வேணாம்... இனிமே தான் இருக்கு சீனே... மருலாளி ஆட்டத்த இனிமேதான பாக்கப்போற..."

சிங்க வாகனத்தில் ஒரு காலை மண்ணில் ஊன்றி, நாக்கை வெளிநீட்டி, கோரைப் பற்கள் தெரிய உக்கிரமாக சிரித்திருந்தாள் காளி. காலுக்கு கீழே ஏதோ ஒரு அரக்கன். கரங்களில் விதவிதமான ஆயுதங்கள். ஒரு கரத்தில் மட்டும் துண்டிக்கப்பட்ட நான்கு தலைகளை மயிரோடு கொத்தாகப் பிடித்துக் கொண்டிருந்தாள். சிமெண்ட் சிற்பத்தில் ஆங்காங்கு மேற்பூச்சு உதிர்ந்திருந்தது. சிங்கத்தின் ஒரு காலில் சிமெண்ட் பெயர்ந்து துரு ஏறிய கம்பிக்கட்டுகூட தென்பட்டது.

பறையோசையுடன் ஊரணியைச் சுற்றி ஊர்வலமாக பானைகளில் அரிசி சுமந்து வந்த மஞ்சள் சேலைப் பெண்கள் சிரமட்டார் காளியின் சன்னதியில் உள்ள மரக்கலனில் அரிசியைக் கொட்டிவிட்டு அதிலிருந்து ஆளுக்கு ஒரு கைப்பிடி மட்டும் அள்ளி மருலாளியின் எதிரே கொதித்துக் கொண்டிருந்த உலையில் குலவையிட்டபடி போட்டுவிட்டு நகர்ந்தார்கள். மரக்கலனில் சேரும் அரிசியைக் கொண்டு மறுநாள் கஞ்சியும் கறிசோறு படையலும் உண்டு. படையலுக்குப் பின்னர் ஊர் மக்களுக்கு அன்னதானம் செய்வது வழக்கம்.

“முன்ன எல்லாம்... இப்ப மாறி கிடையாது... தீட்டு நின்னுபோன கிளவிங்க மட்டும்தான் கோவிலுக்கு வரலாம். திருழாக்கு மட்டும்தான் அம்புட்டு ஆளுகளும் உள்ளேயே வர முடியும். அப்ப எல்லாம் சோத்துக் கலையத்துல வீட்டு பெண்டுக எல்லாம் ஆத்தாவுக்கு ரெண்டு சொட்டு ரத்தம் விடுறது வழக்கம்... குடிக்கிற கூழும் கஞ்சியும் ஆத்தா போட்ட பிச்சையில்ல... எம்புட்டு திருப்புனாலும் கடனை அடைச்சிற முடியுமா என்ன? ஒரு பயபத்தி உண்டா? ஆட்டிக்கிட்டு வந்து அரிசிய போட்டா போதுமா?” ராஜம் மாமாவிற்கு பின்புறம் நின்று கொண்டிருந்த வயசாளிகள் புலம்பிக் கொண்டிருந்தது சபரியின் காதில் விழுந்தது. எவனோ ஒருவன் “பெருசு, கண்ணு நொள்ள ஆனப்புறம்கூட சாமிய பாக்காம ஆட்டிக்கிட்டு வாரத எதுக்கு பாக்குற” என்று உரக்கச் சொன்னதும் இளவட்டங்கள் சிரித்தனர்.

மருளாளியின் உடல் தாளகதிக்கு ஏற்ப ஆடத் தொடங்கியது. மருளாளிக்கு எத்தனை வயது என்று யாருக்கும் தெரியாது. சபரியின் தாத்தாவிற்கு விவரம் தெரிந்த நாட்களிலிருந்தே அவருக்கு தலை மயிர் நரைத்துதான் இருந்ததாம். பல வருடங்களுக்கு முன்னர் ஒருநாள் திடீரென்று அவராகவே ஊருக்குள் வந்து இனி இந்தக் கோவிலை நான் பார்த்துக் கொள்கிறேன் என்று சொன்னதாகவும், குலம் கோத்திரம் ஏதும் தெரியாததால் ஊர் பெரியவர்கள் ஒப்புக்கொள்ள மறுத்தபோது, பெரிய வைத்தியர் கனவில் ஆத்தா வந்து மருளாளியை அனுமதிக்கச் சொன்னதாகவும் ஊரில் ஒரு கதையுண்டு.

அவர் ஒரு மர்மமான மனிதராகவே அறியப்பட்டார். யாரிடமும் அவராகச் சென்று பேசுவதில்லை. அவ்வப்போது பன்னீர் புகையிலையை வாயில் அதக்கி குதப்பிக் கொண்டிருப்பார். கிராமத்து வயசாளிகள் சிலருடன் அவர்

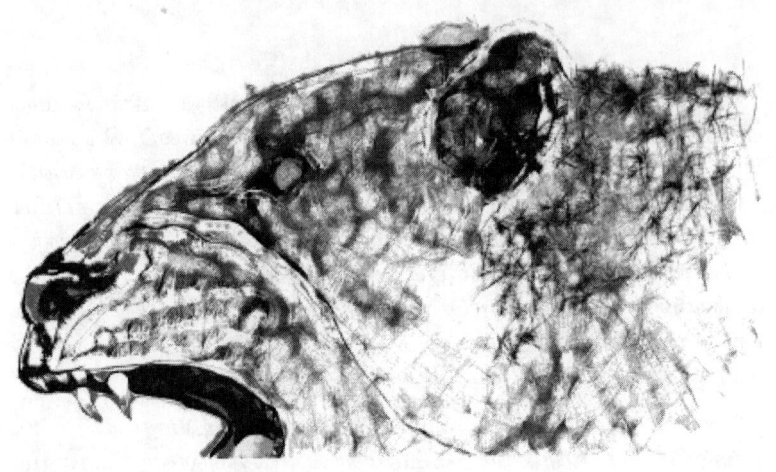

பேசிய காலமெல்லாம் போய் முப்பது நாற்பது வருடங்களுக்கு மேல் ஆகிவிட்டன. குழந்தைகளுக்கு சோறூட்டும்போதுகூட அவர் பெயரைச் சொல்லி பயமுறுத்துவதுதான் வாடிக்கை. ஊர் எல்லையில் இருக்கும் காளியம்மன் திடலுக்கு யாரும் பொதுவாக விளையாடக்கூட போவதில்லை. இந்தப் புறமிருக்கும் மாரியம்மன் திடலுடன் விளையாட்டெல்லாம் முடிந்துவிடும். மருளாளி விளையாட்டுதான் அவர்களுக்குப் பிடித்தமான விளையாட்டாக இருக்கும். இளவட்டக் கல் மீதேறி ஒருவர் மாறி ஒருவர் மருளாளியாக நின்று அதிகாரம் செய்து கொண்டிருப்பார்கள். தலையில் வெள்ளைத் துண்டை போட்டுக்கொண்டு பயம் காண்பிப்பார்கள். ஆட்டுக்குட்டிகளை துரத்திப் பிடிப்பார்கள்.

அவருடைய குடும்பத்தைப் பற்றியெல்லாம் இப்போது ஊருக்குள் இருப்பவர்களுக்கு யாருக்கும் எதுவுமே தெரியாது. மாதமொரு முறை ஜான்சி வண்டியில் ஏறி புதுக்கோட்டைக்கு செல்வார் என்பது மட்டும் எல்லோரும் அறிவர். அன்று மட்டுமே அவர் மேற்சட்டை அணிந்து செல்வார். மற்ற நாட்களெல்லாம் ஒரு அழுக்கு வேட்டியைக் கட்டிக்கொண்டு காளியம்மன் கோவில் திடலில் உள்ள வேப்பமரத்தடி மேடையில் படுத்துக் கிடப்பார். அங்கேயே சோறாக்கி சாப்பிட்டுக் கொள்வார். ஊருக்குள் அரிதாகவே வருவார். புதுக்கோட்டையில் அவருடைய சந்ததிகள் இருப்பதாக ஒரு பேச்சுண்டு. ஆனால் அவரைத் தேடி யாரும் ஊருக்குள் வந்ததில்லை. எங்கோ தவசு மலை சித்தர் பீடத்திற்கு அருகே அவரைப் பார்த்ததாகவும் சிலர் சொல்லக் கேட்டதுண்டு. ஓரிருமுறை ஊரின் இளவட்டங்கள் புதுக்கோட்டையில் அவர் எங்கு

செல்கிறார் என ஆராய அவரைப் பின்தொடர முயன்றார்கள். ஆனால் ஜான்சியை விட்டு இறங்கியதுதான் தெரியும் மாயமாய் மறைந்து போவார். விடாப்பிடியாக அவரைத் துரத்தி பிடிக்க முயன்ற ஊர் தலைவரின் மகன் பூவரசனும் அவனுடைய சகாவும் சில வருடங்களுக்கு முன்னர் கோவிலுக்கருகில் இருக்கும் பாம்பாத்து பாலத்தின் அருகே சாலையோரம் ரத்த வெள்ளத்தில் கிடந்தனர். என்ன நடந்தது என்பது இன்றுவரை பெரும் புதிர்தான். அவனிறந்த மறுநாள் அவர்களின் வீட்டு தோட்டத்தில் உடைந்த முட்டையோடுகளையும் கோழி இறகுகளையும் கண்டதாக ஊரார் பேசிக் கொண்டனர். அதன் பின்னர் யாரும் அவரைப் பின்தொடர துணியவில்லை.

தாளம் அடுத்த கட்ட வேகத்தை எட்டியது. விளங்கியம்மன் கோவில் பூசாரி பாண்டியண்ணன் உடுக்கையை அடித்துக்கொண்டே ஆட தொடங்கினார். சபரியின் கால்கள் அவனை மீறி தாள கதிக்கு ஏற்ப ஆடுவது போலிருந்தன. கண்ணுக்கு எதிரே குளிர்ந்த நதியொன்று சபரியைப் வசீகரித்து அழைத்தது. ஓர் அங்குலம், ஒரு புள்ளி, ஒரு கணம், அல்லது ஒரு மிக மெல்லிய திரை ஏதோ ஒன்று அவனை அந்த நதியில் இறங்க விடவில்லை. மிக அருகில் நின்று கொண்டிருந்தான். நதியின் தெறிப்புகள் உள்ளங்காலில் சிதறி சில்லிடச் செய்தன. கால்களிலும் கரங்களிலும் படர்ந்திருக்கும் பூனை மயிர்கள் குத்திட்டு நின்றன. அதன் ஆழமும் வேகமும் குளுமையும் கருமையும் அவனை ஈர்க்கிற அதே வேளை அவை அவனை அச்சமுறவும் செய்தன. ராஜம் மாமாவின் விசும்பல் கூடிக்கொண்டே போனது. யாரோ இரு பெண்கள் உடலை முறுக்கிக்கொண்டு ஆடத் தொடங்கினார்கள். 'ஊஊஊய்' என அடிவயிற்றிலிருந்து ஒரு கேவல் எழுந்தது. நதி ஒரு சுழிப்பில் பலரையும் வாரிச் சுருட்டிக் கொண்டுவிட்டது.

சுடலை ஓசை நயத்துக்கேற்ப ஆடத் தொடங்கினான். மேலும் பல சுள்ளான்களும் காளையர்களும் நாக்கைத் துருத்தி கண்ணை உருட்டி தாளத்திற்கு ஏற்ப ஆடத் தொடங்கினார்கள்.

"டே...வா... வந்து ஆடுறா" பக்கத்தில் நின்றிருந்த சபரியை நோக்கி உச்ச குரலில் கத்தினான் சுடலை. அவனுடைய குரலும் அதன் தோரணையும் அவனை வேறு ஒருவனாக சபரிக்குக் காட்டியது. சபரி வெளிறி நின்றான்.

"அடிங்க... போடா... போய் சிவன் கோவில்ல கொண்டக் கடலைய தின்னுட்டு நல்லா குசு விடு" சுடலை கத்திக்கொண்டே

மையத்தில் பறைக்கு முன்னர் ஆடிக்கொண்டிருக்கும் சுள்ளான்களில் ஐக்கியமானான்.

பசிகொண்ட மிருகம் ஒன்று கண் திறந்ததைப் போலிருந்தது. கட்டியிருந்த ஆட்டுக்குட்டியை யாரோ இழுத்துக்கொண்டு வந்தார்கள். சின்னஞ்சிறிய குட்டிகள். குட்டிகளில் ஒன்று "மேமேய்" என்று தீன ஸ்வரத்தில் இழுத்தது. மருளாளி தடுமாறி எழுந்து நின்றார். காலுக்குக் கீழே கிடந்த வெட்டருவாட்களை வரிசையாக அமர்ந்து, ஏழெட்டு பேர் இரு பக்கமும் பிடித்து அழுத்தினர். பாண்டியண்ணன் ஆட்டுக்குட்டிகளின் முகத்தில் மஞ்சள் நீரை தெளித்தபோது 'மேய்ய்' என இரண்டு குட்டிகளுமே மஞ்சள் நீர் கண்ணில் பட்ட எரிச்சலில் தலையை உலுப்பின. தலையை ஒரு சிலுப்பு சிலுப்பி, ஒரு ஆட்டுக் குட்டியை மட்டும் தூக்கி கழுத்தில் போட்டுக்கொண்டு வெட்டருவாட்கள் மீதேறி முன்னும் பின்னுமாக ஆடத் தொடங்கினார் மருளாளி.

கருப்பன் சந்நிதியில் கொளுத்திய சாம்பிராணிப் புகை காற்றில் மந்தமாகக் கலந்து வந்தது. கிழவர் ஆட்டுக்குட்டியை கழுத்தில் போட்டுக்கொண்டு அதன் கால்களை இறுகப் பற்றிக்கொண்டு கால் மாறி கால் மாறி அருவாள்கள் மீது வெறியாட்டம் போட்டார். ஒரு துளி ரத்தம் வரவில்லை... சபரிக்கு கால்கள் நடுங்கின. ஆனால், வீட்டுக்குப் போகவும் மனமில்லை. நின்ற இடத்தில் அப்படியே நின்று கொண்டிருந்தான். தாளம் அதன் உச்ச கதியை எட்டியபோது, சடாரென்று ஒரு திருப்பில் கழுத்திலிருந்த ஆட்டுக்குட்டியை அப்படியே வாயருகே கொண்டு வந்து ஆட்டின் குரல்வளையில் ஒரே கடி. குருதி பீறிட்டு வழிந்தது. அப்படியே அழுத்தி உறிஞ்சினார். குலவையொலி விண்ணைப் பிளந்தது. குட்டியின் கால்கள் மட்டும் கொஞ்ச நேரம் அந்தரத்தில் காற்றை உதைத்துக் கொண்டிருந்தன. கிழவரின் நரை முடியில் எங்கும் குங்குமச் சிவப்பாக ரத்தம் திட்டுத் திட்டாக படிந்திருந்தது. பாண்டியண்ணன் அப்படியே அந்தக் குட்டியை வாங்கி கழுத்தறுத்து கொட்டிக்கொண்டிருந்த குருதியை உலையில் கொதிக்கின்ற அரிசிக் கலயத்தில் ஊற்றினான். கொட கொடவென்று ரத்தம் கொட்டி வடிந்தது. மருளாளி ஆட்டத்தை நிறுத்தவில்லை. ஆனால், வேகம் குறைந்தது. வெட்டருவாட்களை விட்டு குதித்து இறங்கினார். ரத்தச் சிவப்பு கண்களுடன் வெறித்துப் பார்த்தபடி ஆடிக் கொண்டிருந்தார். அவரிடமிருந்து எந்தக்

கூச்சலும் எழவில்லை. மிகவும் பரிச்சயமான நதியில் நிதமும் நீந்திக் கொண்டிருப்பவனைப் போல் ஏதோ ஒரு லாகவம். கூடியிருந்த பெண்கள் எல்லாம் அவரை வணங்கிவிட்டு அங்கிருந்து மெல்லக் கலைந்து செல்லத் தொடங்கினர். பாண்டியண்ணன் கரண்டியை வைத்து சோற்றைக் கிண்டிக் கொண்டிருந்தார்.

சுடலை களைத்துப் போய் வந்தான். “டே வாடா போவோம்...”

“முடிஞ்சிருச்சா?” ஒருமாதிரி நிதானத்துடன் சபரி கேட்டான்.

“இனியொன்னும் இருக்கு, ஆனா நாம யாருமே பாக்கக் கூடாது... அப்பா சொல்லுவாரு... அதான் கிளம்பி நிக்கறாரு... எல்லாரும் மாரியம்மன் திடல்ல நாடகம் பாக்கப் போறோம்”. திடலின் கோடியில் சைக்கிளில் சுடலையின் தங்கையை முன்கூடையில் அமர்த்திவிட்டு சுடலையின் அம்மாவுடன் ஏதோ பேசிக்கொண்டிருந்தார்.

“அதையும் பாத்துட்டு போவோம்டா..”

“வேணாம் சாமி... சொன்னா கேளு... நீ பயந்தாங்கொள்ளி இல்லைன்னு ஏத்துக்குறேன்..”

“சரி நீ வேணா போ.. நா பாத்துட்டுதான் போவப் போறேன்,” என்றான் சபரி உறுதியுடன். சுடலை அவனையே முறைத்துப் பார்த்துக்கொண்டு நின்றிருந்தான்.

சுடலையின் அப்பா வண்டியை தள்ளிக்கொண்டே வந்தார். “அய்யாவு... நீங்க வைத்தியர் வீட்டு பேரனில்ல... இந்நேரத்துல இங்கென வந்தது அப்பத்தாவுக்கு தெரியுமா? உங்க முற கடைசி நாள்தான? இங்க எல்லாம் இப்ப நீங்க நிக்கக் கூடாது. கிளம்புங்க. சுடலை, கொண்டு போய் வீட்டுல விட்டுட்டு ஒழுங்கா பத்து நிமிஷத்துல திடலுக்கு வந்து சேரு. இங்க நிக்கப்பிடாது,” என்று சொல்லிவிட்டு சைக்கிளில் சுடலையின் அம்மா மற்றும் தங்கையுடன் கிளம்பிச் சென்றார்.

கூட்டம் கலைந்தது. பெண்களும் குழந்தைகளும் மட்டுமின்றி அவர்களுக்கு பாதுகாப்பாக வந்த ஆண்களும் அவர்களுடன் சென்றுவிட்டார்கள். சொற்ப எண்ணிக்கையிலான வயசாளிகள் மட்டுமே எஞ்சியிருந்தனர். அவர்களும் ஆங்காங்கு அப்படியே

பழங்கதை பேசி உறங்கிப் போவதற்கான ஆயத்தங்களில் ஈடுபட்டிருந்தனர்.

“பாத்துட்டு தான் போகணும்... வா” சபரி பிடிவாதம் பிடித்தான்.

“டே வேணாம்டா ரெண்டு திருழாக்கு முன்ன சோடாக்கடை வீரமுத்து அண்ணே வீட்டுக்கு விருந்துக்கு வந்த பய இப்படிதான் திருட்டுத்தனமா பாத்தானாம். பேயறஞ்ச மாறி திரியிறானாம். ஆத்தா கோவத்துல அடிச்சிப்புட்டா... இது ஆத்தா சோறு திங்குற நேரம்... வருஷத்துல ஒருநாள் தான் அவ திம்பா...”

சபரி சுடலையின் கையைப் பிடித்து இழுத்துக்கொண்டு போனான்.

“சரிடா நான் நின்னு தொலையுறேன் ஆனா பாக்க மாட்டேன். நீ பாரு.”

பாண்டியண்ணனும் இன்னும் இருவரும் சூடான சோற்றுக் கலயத்தை சாக்கில் பிடித்து வேப்ப மரத்துக்கு பின்புறம், திடலின் தெற்கு மூலைக்கு கொண்டு சென்றனர். சபரியும் சுடலையும் திடலைச் சுற்றிக்கொண்டு ஊரணியோரம் சென்று திடலின் மறுகோடியில் இருக்கும் ஏரழிஞ்சில் மரத்துக்குப் பின்புறம் பதுங்கிக் கொண்டனர். விழாக்கால விளக்குகளின் வெளிச்சத்தில் அங்கிருந்து ஒரு இருபதடி தூரத்தில் நடப்பதை துல்லியமாகப் பார்க்க முடியும்.

ஐந்தாறு பேர் சுற்றி நின்று கொண்டிருந்தார்கள். தெற்கு மூலையில் கற்கள் வரிசையாக நின்றன. நடுவாக ஒரு பெரிய கல். இருபுறமும் சிறு கற்கள். கரிய வழுவழுப்பான கற்கள். கருமை என்றாலும் அந்த இருளின் விளக்கொளியில் அதிலொரு லேசான கரும்பச்சை சாயலிருந்ததாக சபரியின் பார்வைக்குப் பட்டது. நடுக்கல்லிலும் இடது பக்கம் உள்ள கற்களிலும் கொஞ்சம் மஞ்சள் பூசியிருந்தது. எல்லா கற்களிலுமே சந்தனமும் குங்குமமும் வைக்கப்பட்டிருந்தன. சுடலை எத்தனை கற்கள் என்று எண்ணிக் கொண்டிருந்தான். நீள்வட்ட வடிவிலான நடுக்கல்லில் மட்டும் மேல் பகுதியில் ஒரு சிறிய பிளவு தென்பட்டது. நீள்வட்டத்தின் வளைவில் எவரோ ஒருவர் நுள்ளி எடுத்தது போலிருந்தது.

பாண்டியண்ணன் மணியடித்துக் கொண்டே கற்களின் மீது செவ்வரளிப் பூக்களைத் தூவி, தேங்காய் உடைத்து அதில்

குங்குமத்தை தடவி வைத்தார். அதன் பின்னர் அவர் குழைந்த சோற்றைக் கரண்டியில் கிண்டி எடுத்து பெரிய தாம்பாளத்தில் போட்டார். அதுவரை எதுவுமே பேசியிராமல் இறுகியிருந்த மருளாளி ஒருவிதமான ஆவேசம் வந்தவராக நெஞ்சில் அடித்து கூவினார். "ஆத்தா... பசியாறு... ஆத்தா..." அவர் குரல் உடைந்து அழுவது போலிருந்தது. குருதி கலந்த சோறு சட்டென்று பார்க்க கவுனி அரிசி பாயாசம் போலிருந்தது. அதிலிருந்து ஒரு உக்கிர ரத்த வாடை கிளம்பியது. சபரிக்கு குடலைப் புரட்டிக்கொண்டு வந்தது. சுடலையின் கால்கள் நடுங்கின.

மருளாளி சோற்றை அள்ளி உதிரியாக்கி வானத்தை நோக்கி வீசி எறிந்தார். கண்ணுக்குப் புலப்படாத பெரும் கரிய இருள் படலமாக ஒரு நாக்கு அப்படியே வாரிச் சுருட்டிக் கொண்டுவிட்டது போலிருந்தது. மணியோசை அன்றி வேறெந்த அரவமும் அங்கு கேட்கவில்லை. "ஆத்தா... பசியாறு... ஆத்தா... எல்லாரையும் சுகமா வைய்யி... ஆத்தா... என்ன கூப்பிட்டுக்க ஆத்தா..." ஆவேசமாகக் கூவியபடி இரு கரங்களாலும் சோற்றை அள்ளி வானத்தில் வீசினார்.

ஆகாயமும் நட்சத்திரமும் அசையவில்லை. மரத்து இலைகள்கூட அசங்கவில்லை. முழுவதுமாக துடைத்து எடுத்துக் கொண்டது போலிருந்தது. சபரியும் சுடலையும் உறைந்து போனார்கள். சபரிக்கு வயிற்றைப் புரட்டி எடுத்தது. தலையெல்லாம் கனத்து வலித்தது. தலைக்கும் பிடரிக்கும் ஏதோ ஒன்று குறுக்கிலும் நெடுக்கிலும் ஓடியது போலிருந்தது. இனி ஒரு கணம்கூட நிற்க முடியாது. இருவரும் அங்கிருந்து ஓட்டம் எடுத்தார்கள். அந்த சலசலப்புக்களை அங்கு நின்ற எவரும் பொருட்படுத்தியதாகத் தெரியவில்லை.

ஆனால் சபரி மருளாளியின் பார்வை அவன் முதுகில் நிலைத்திருந்ததாக உணர்ந்தான்.

2

பாலாயி என்ன செய்வதென்று தெரியாமல் தவித்துக் கொண்டிருந்தாள். தன்னைக் கைவிட்டுச் சென்ற காத்தமுத்துவை ஆசைதீர வைய வேண்டும் என்பதுதான் உடனடியாக அவளுக்குத் தோன்றித் தொலைத்தது. ஆறேழு மாதங்கள் இருக்கலாம். வெள்ளாமை பொய்த்து காடு கழனி போகாமல் அவதிப்பட்ட காலம் அது. பிள்ளைகளுக்கு எப்படியோ ஒருவேளை

கேப்பை கஞ்சி காய்ச்சிக் கொடுத்து கொண்டிருந்தாள். கையில் இருந்தது எல்லாம் கரைந்து கொண்டிருந்தது. பிள்ளைகளும் பிள்ளைத்தாய்ச்சியுமான தானும் சீரழிந்து கொண்டிருப்பது தெரியாமல் ஊர் சுற்றிக் கொண்டிருக்கும் அவனை நினைத்து ஆத்திரப்பட்டாள். வழக்கம் போல் அன்றைய சண்டையும் அவள் அடி வாங்கி அழுவதில் முடிந்தது. அந்த இரவு ஆத்திரத்துடன் கள்ளுக்கடைக்குப் போனவன் திரும்பியே வரவில்லை. என்ன ஆனான் என்று ஒரு சேதியும் இல்லை. ஓரிரு மாதங்கள் ஊருக்குள் இருந்துவிட்டு, பிறகு புதுக்கோட்டை ராஸ்தாவை ஒட்டியிருந்த கம்மாயில் கொஞ்சம் தோண்டினால் ஊற்று நீர் வரும் என்பதாலும், ஊருக்குள் மாரியாத்தா சூறையாடிக் கொண்டிருக்கிறாள் என்பதாலும் குடும்பம் குடும்பமாக கம்மாய் அருகில் குடில் போட்டுக்கொண்டு தங்கினார்கள்.

பெரியவனுக்கும், அடுத்தவனுக்கும், மூத்தவளுக்கும் காய்ச்சல் வந்து விட்டது. ஊரெங்கும் ஊழித் தாண்டவம் ஆடிக்கொண்டிருந்த மாரியாத்தா அவள் வீட்டிற்கும் வந்து விட்டாள். பெரியவனுக்கு காய்ச்சலுடன் கழிசலும் சேர்ந்து கொண்டது. தாய்ப்பால்தான் கடைசியில் கரிய திரவமாக, குருதி கலந்த காட்டுப்பீயாக வரும் என்று சொல்வார்கள். உடல் வெளிறி ரத்தம் வடிந்து வெயிலில் உலர்ந்த இளம் தளிராகக் கிடந்தான். பெரியவளும் மயங்கி விட்டிருந்தாள். நான்காண்டுகளுக்கு முன் பெய்த பெருமழைக்குப் பின்னர் பசியோடு ஊர் புகுந்த மாரியாத்தா அவளின் மூன்று பிள்ளைகளின் குருதியைக் குடித்து கொண்டு போயிருந்தாள். இன்னும் அவளின் தாகம் தீரவில்லை போலும்.

குழந்தை ஓயாமல் வீறிட்டு பாலுக்கு அழுகிறான். பிள்ளைகளின் காய்ச்சல் முனகல்கள் வேறு. ராஸ்தாவை ஒட்டி இடம் பெயர்ந்ததும் நன்மைக்குதான். ராஸ்தாவைக் கடந்து செல்லும் வண்டிகளில் இருந்து சில நேரங்கள் ஏதாவது கிடைக்கும். அரிதாக அப்பக்கம் கோச்சு வண்டிகளில் துரைமார்களும் வருவதுண்டு. தானிய மூட்டைகள் ஏற்றிக்கொண்டு வரும் வண்டிக்காரர்கள் அவ்வப்போது மனம் கனிவதுமுண்டு. நெல்லு மூட்டைகள் எல்லாம் நாகப்பட்டிணம் செல்வதாகப் பேசிக்கொண்டனர். அதைக் கொண்டுதான் அவளும் அவளுடைய பிள்ளைகளும் தாக்கு பிடித்துக் கொண்டிருந்தனர். ஊருக்குள் தினமும் பிணங்கள் விழுந்த வண்ணமிருந்தன. கூட்டம் கூட்டமாக மக்கள் எங்கோ சென்றுகொண்டே தானிருந்தார்கள்.

பாலாயி அழுது கொண்டிருந்தாள். பெரியவன் மேல்மூச்சும் கீழ்மூச்சும் வாங்கிக் கொண்டிருந்தான். கண்கள் சொருகி, கைகால்கள் உதறி அப்படியே உறைந்து போனான். கண்ணீர் பொங்கி வந்தது. அவளுக்கு அதிக நேரமில்லை. பெரியவனை உலர்ந்த பனைமட்டையில் சாய்த்து இழுத்துச் சென்று வறண்ட கம்மாயின் ஓரம் கிடத்திவிட்டு ஓடி வந்தாள். குழந்தை அழுது கொண்டிருந்தான். அவளுடைய முலைகள் காய்ந்த சுரைக்குடுவை போல் உலர்ந்திருந்தன. பாலூறவில்லை. அதற்குள் பெரியவளும் மூச்சு வாங்கத் தொடங்கினாள். கண்கள் சொருகின. அருகில் சென்றமர்ந்து அவளுக்கு வாய் நீர் அளித்தாள். நீர்க் கொப்புளங்கள் வெடித்து வழிந்ததுடன் இறுதி மூச்சும் விட்டகன்றது.

மார்பிலும் வயிற்றிலும் அடித்துக் கொண்டு அழுதாள். அவளையும் இழுத்துச் சென்று, கம்மாயில் மகனுக்கு அருகே கிடத்தச் சென்றாள். அவள் காலடி கேட்டவுடன் குறுங்காட்டுக்குள் சலசலப்பு ஏற்பட்டு மறைந்தது. மணி வெளிச்சத்தில் ஒளிச் சுடர்களாக புதருக்கு அப்பால் சில விழிகள் தென்பட்டன. சுள்ளிகளைப் பொறுக்கி எரியூட்ட வேண்டும். உலர்ந்த மரங்களை வெட்டி விறகு எடுக்கலாம். குடிலுக்குத் திரும்பி வெட்டருவா கொண்டு வருவதற்குள் பெரியவனின் பிணத்தைக் கவ்வி இழுத்துச் செல்ல இரண்டு நாய்கள் வந்துவிட்டன. ஊன் பற்கள் தெரிய அவளைப் பார்த்து உறுமின. மேலும் இரண்டு மெலிந்த நாய்கள் புதரிலிருந்து ஓடி வந்தன. கீழே கிடந்த கற்களை எடுத்து வீசினாள். ஆனால் அவை சற்றே பின்வாங்கி மீண்டும் முன்னால் ஓடிவந்தன. அவள் சற்று பின்னகர்ந்தவுடன் இன்னும் இரண்டு மூன்று மூச்சொலிகள் கேட்டன. கண்ணீர் பொங்கி வழிந்தது. கற்களை வீசினாள். தலையில் அடித்துக்கொண்டு அழுது அரற்றினாள்.

எதையாவது செய்து பிள்ளைகளைக் காப்பாற்றியாக வேண்டும். அது மட்டுமே அவளுடைய மனதை முழுவதுமாக நிறைத்தது. இரவு நெஞ்சுக்குள் சூழ்ந்த இருளையும் அடர்த்தியாக்கியது. ராஸ்தாவைப் பார்த்து அமர்ந்திருந்தாள். ராஸ்தாவில் மாட்டுவண்டிகள் வருவதை கேட்க முடிந்தது. சில ஒளிப் பொட்டுக்கள் தொலைவில் தென்பட்டன. தன்னுள் ஆழ்ந்து இருந்தாள். எப்போதும் போல் வண்டியோட்டிகளை இறைஞ் சுவதற்கு அவளுக்கு விருப்பமில்லை. விதியை எண்ணி மருகிக் கொண்டிருந்தாள். தூரத்தில் நாய்கள் குரைத்துக் கொண்டிருந்தன. நாய் ஒன்று எதையோ கவ்விக்கொண்டு குறுக்கே ஓடிச் சென்றது.

அதைத் துரத்திய நாய்களுக்கு பிடி கொடுக்காமல் புதருக்குள் சென்று மறைந்தது.

நெல் மூட்டைகளை அடுக்கிக்கொண்டு வரிசையாக ஏழெட்டு மாட்டு வண்டிகள் வந்து கொண்டிருந்தன. சில காலடிகள் கேட்டன. முதல் வண்டியில் செல்லும் வண்டியோட்டியிடம் சிலர் கெஞ்சிக் கொண்டிருந்தனர். சட்டென்று அவள் உடல் பரபரத்தது. புதரோரம் இருளில் நடந்து கடைசி மாட்டு வண்டி மேல் சத்தமின்றி ஏறினாள். வண்டிக்காரர்கள் அரைத் தூக்கத்தில் இருந்தார்கள். இரண்டு மூட்டைகளைச் சேர்த்து வேகவேகமாகக் கயிற்றால் பிணைத்தாள். சத்தமின்றி குதித்திறங்கி பக்கவாட்டில் இருந்த வாகை மரக்கிளையில் கயிற்றை வீசி அதன் மறு நுனியை பலம் கொண்ட மட்டும் இழுத்தாள். அவ்விரண்டு மூட்டைகள் அந்தரத்தில் தொங்கின. கைகள் மரத்து மூட்டை கனத்து கீழே விழுந்தன. வண்டிகள் தூரத்து ஒளிப் பொட்டுகளாக எங்கோ சென்று கொண்டிருந்தன.

★★★

மழை பொய்த்து ஆண்டுகள் மூன்றாகிவிட்டன. எச்சிலைச் சப்பிச் சப்பி உலர்ந்த உதடுகளை ஈரப்படுத்திக் கொள்ள பிள்ளைகளும் இந்த நாட்களில் பழகிவிட்டார்கள் என்று எண்ணிக் கொண்டார் வைத்தியநாதன். நான்கு பிள்ளைகளையும் பாரியாள் கமலத்தையும் அழைத்துக் கொண்டு, அவர்களின் ஒற்றைக் கறவை பசுவான பாக்கியத்தையும் இழுத்துக்கொண்டு நாவலூரில் இருந்து புறப்பட்டு மூன்று நாட்கள் ஆகிவிட்டன. எத்தனையோ ஆண்டுகளாக வாழ்ந்து வந்த முன்னோர் பூமியை விட்டகன்று வருவது அத்தனை எளிதாக இருக்கும் என்று அவர் எண்ணியிருக்கவில்லை. ஆனால், அவருடைய முதிய தந்தை சதாசிவம் வேறு முடிவை எடுத்துவிட்டிருந்தார். “ராஸ்தால அனாதையா சாக எனக்கு முடியாது... இந்த மண்ணுலேயே உரமாகிப் போறேன்... என்ன விட்டுடு” என்று தழுதழுத்தபடி பிடிவாதமாகச் சொன்னார். ஒருபோதும் தன்னால் இப்படி பிடிவாதமாக இருந்துவிட முடியாது என்பதை வைத்தி உணர்ந்தார். அதற்கெல்லாம் ஒரு கொடுப்பினை வேண்டும்.

புதுக்கோட்டை மகாராஜாவின் சமஸ்தானத்தில் காரியதரிசியாக இருக்கும் மைத்துனன் பஞ்சாபகேசன் அங்கு கோவில் காரியம் பெற்றுத் தருவதாக எழுதி இருந்தான். அரிசி மாவையும் பொடித்த பனை வெல்லத்தையும் கட்டிக்கொண்டு கிளம்பினார்கள். ஊரெங்கும் விஷக்காய்ச்சலுக்கு பலி விழுந்து

கொண்டிருந்தது. கிராமங்களைக் காலி செய்துகொண்டு மக்கள் கூட்டம் கூட்டமாக வெளியேறினார்கள். ராமேஸ்வரம் ராஸ்தாவில் ஆங்காங்கு மக்கள் மூட்டை முடிச்சுகளுடன் எங்கோ பெயர்ந்து சென்று கொண்டிருப்பதைக் காண முடிந்தது. அவ்வப்போது கடந்து செல்லும் கோச்சு வண்டிகளும் குதிரை வண்டிகளும் எதையும் பொருட்படுத்தியதாகத் தெரியவில்லை.

பாக்கியம் மேய்வதற்கு காய்ந்த சருகுகள்கூட வழியில் அகப்படவில்லை. மெலிந்து வற்றிக் கொண்டிருந்தாள். நெஞ் செலும்புகள் துருத்தித் தெரிந்தன. வயிறு பக்கவாட்டில் புடைத்துச் சரிந்திருந்தது. வாயில் நுரை ததும்ப நடந்து வந்தாள். பிள்ளைகள் சோர்ந்து தள்ளாடி நடந்து வந்தனர். சின்னவளுக்கு உடல் காந்தத் தொடங்கியது. அவளைத் தூக்கி தோளில் போட்டுக்கொண்டு நடக்க வேண்டியிருந்தது. வரும் வழியில் இருந்த இரண்டு நகரத்தார் அன்ன சத்திரங்களும் நிரம்பி வழிந்தன. அரிசி மாவைக் குழந்தைகளுக்கு எப்படியோ பங்கிட்டு அதுவரை சமாளித்தாகி விட்டது. யாசித்த குடிநீரைக் கொண்டு வைத்தியநாதனும் கமலமும் இழுத்துப் பிடித்து கொண்டு வந்தார்கள். பாக்கியம் காலையில் நீர் வைத்தபோது அருந்தவில்லை என்றபோதே அவர் அஞ்சத் தொடங்கினார். பாக்கியம் கால் நொடிந்து கீழே சாய்ந்து விழிகள் மருண்டு எதையோ நோக்கிக் கொண்டிருந்தாள். உரக்க ஓலமிடக்கூட அவளிடம் தெம்பில்லை. புட்டத்தில் தட்டி அதை எழுப்ப முயன்றார். ஆனால் நகரக்கூட இயலவில்லை. வயிறு மட்டும் மேலும் கீழுமாக ஏறி இறங்கியது. குழந்தை அழத் தொடங்கினாள். கமலத்தின் கன்னத்தில் வழிந்திறங்கிய நீர்த் திவலைகள் பெரியவனின் தலையில் சொட்டின.

காத்திருக்கலாமா எனும் குழப்பத்தில் கமலத்தை நோக்கினார் வைத்தியநாதன். “வேண்டியதில்ல... போவோம்” என்றாள் கண்ணீரை துடைத்து கொண்டு. பாக்கியத்தின் மருள் விழி எங்கோ நிலைத்திருக்க அவளை அங்கேயே விட்டுவிட்டு நகர்ந்து சென்றார்கள். வைத்தியநாதனுக்கு சதாசிவத்தின் நினைவுதான் வந்தது.

வெயில் தாழ்ந்து நிழல்கள் நீளத் துவங்கின. விடிந்தால் எப்படியும் புதுக்கோட்டையை அடைந்துவிடலாம். மெல்ல நம்பிக்கை ஊறத் தொடங்கியது. இரவு எங்காவது ஒடுங்கிக் கொள்ள வேண்டும். குழந்தைகள் அழத்தொடங்கியபோதுதான் கமலம் கவனித்தாள், அரிசி மாவு சம்புடத்தை காணவில்லை

என்பதை. அவளுக்குள் திகில் பரவியது. இந்த அத்துவானக் காட்டில் என்ன செய்வது, எங்கு செல்வது என்று தெரியாமல் பயம் அவளைக் கவ்வியது. வைத்தியநாதன் குழந்தைகள் விடாமல் அழுவதைக் கேட்டவுடன் ஏதோ ஒன்று தப்பாகி விட்டது என்பதை உணர்ந்துகொண்டார். கமலம் அழுதபடியே நடந்ததைச் சொன்னாள். அநேகமாக ஏதோவொரு அன்னச் சத்திரத்தில்தான் அது களவு போயிருக்க வேண்டும். இனி செய்வதற்கு ஏதுமில்லை. ஏற்கனவே அப்பிள்ளைகள் அரை வயிறும் கால்வயிறும்தான் உண்டு வருகிறார்கள். இன்றிரவு பட்டினியை அவர்களால் தாங்கிக் கொள்ள முடியாமல் போகலாம். யாசகம் கேட்கக் கூட எவருமில்லை.

கொஞ்சம் தொலைவில் ஏதோ வெளிச்சம் தென்பட்டது. மனிதர்கள் நடமாட்டத்தைக் காண முடிந்தது. ஏதோ ஒரு நம்பிக்கை அவருக்குள் பிறந்தது. கால்கள் இயல்பாகவே வேகம் கொண்டன. குழந்தைகள் அழுதழுது சோர்ந்திருந்தன.

★★★

பாலாயியின் பிள்ளைகள் எப்படியோ பிழைத்துக் கொண்டார்கள். தனக்குத் தேவையானது போக மீதியை அக்கம்பக்கத்தில் பகிர்ந்து கொண்டாள். செய்தி ஆங்காங்கு பரவி ஐந்தும் பத்துமாக ஜனம் இருளில் அவளைத் தேடி வந்தனர். அவளும் இல்லை என்று சொல்லாமல் ஒரு படியோ அரை படியோ, இருப்பதைக் கொடுத்தனுப்பினாள். ஏழெட்டு இரவுகள் அவளுடைய வேட்டை தொடர்ந்தது. எங்கிருந்து வருகிறது, அவளுக்கு எப்படி இது கிடைத்தது போன்ற கேள்விகளை எவரும் எழுப்பவில்லை. எதையோ தின்று அன்று பிழைத்திருந்தால் போதும் என்றானது. வேறு குடிகளும்கூட அவளுதவியை நாட துவங்கினார்கள். இருளில்தான் இப்பரிவர்த்தனைகள் நடந்தேறின.

ஒன்பது நாட்கள் வரையும் எதுவும் பிரச்சனை இல்லை. அதற்கு பின்னர் ஊர் முழுக்க பேச்சு பரவியதும்தான் சிக்கல் வந்தது. புதுகோட்டைக்கு செல்லும் சில வழிப்போக்கர்களும் காற்று வாக்கில் அவளைப் பற்றி அறிந்து கொண்டு அவளிடம் கஞ்சி குடித்து வாழ்த்திவிட்டுச் சென்றார்கள். வாரத்திற்கு ஒருமுறை அரசாங்க கிட்டங்கியில் கணக்கெடுக்கும்போது மூட்டைகள் குறைந்திருப்பதை கவனித்து கலங்காப்புலி ரங்கசாமி அம்பலத்திற்கு அவசரக் கடிதம் கொடுத்தனுப்பினார்

கப்பல்கார துரை. அம்பலம் வண்டிக்காரர்களிடம் விசாரித்தால் எவருக்கும் ஒன்றும் தெரியவில்லை. அம்பலம் வடிவேலுவை காவலுக்கு அனுப்பினார். வடிவேலுவும் அவனுடைய சகாவும் வண்டிகளை கொஞ்சம் தொலைவிலிருந்து கண்காணித்தபடி குதிரையில் வந்தார்கள்.

★★★

வைத்தியநாதனுக்கு என்ன செய்வதென்று தெரியவில்லை. பிராமணர்கள் அன்றி பிறரிடம் உணவு யாசித்ததும் இல்லை உண்டதும் இல்லை. இந்தப் பெண்ணிடம் எப்படி கேட்பது என்று அவருக்கு குழப்பம். ஆனால், குழந்தைகள் அரை மயக்கத்தில் இருந்தன. எவரும் எதுவும் அறியப் போவதில்லை. அக்குடிலின் வாயிலில் நின்று நாலைந்து பேர் சேலையிலும் வேட்டியிலும் எதையோ முடிந்து கொண்டு போவதைப் பார்த்தார், கமலம் சொன்னாள், “அன்னம் கொடுக்குறவள் அம்பாள் மாதிரி. குழப்பிக்க வேண்டாம்”. கண நேர தயக்கத்திற்கு பின்னர் சாலை கடந்து இருளுடன் நிழலாக அவள் குடில் வாயிலுக்கு வந்தார். “அம்மா...” என்று அவர் அழைத்தபோது கடைக்குட்டிக்கு பாலூட்டிக் கொண்டிருந்தாள். மெல்ல எழுந்து வெளிய வந்தாள். “அம்மா... குழந்தை...” அவர் குரல் உடைந்து மேற்கொண்டு பேசாமல் நின்ற கோலத்தை பார்த்தவுடன் அவளுக்கு எல்லாம் புரிந்தது. எதிர்சாரியில் நின்றிருந்த கமலத்தையும் பிள்ளைகளையும் பார்த்தாள். எதையும் சொல்லாமல் குடிலுக்குள் கிடந்த மூட்டை ஒன்றை இழுத்து வந்து போட்டாள்.

“சாமி... எவ்வளவு வேணுமோ எடுத்துக்குங்க... நான் உள்ள தொடலை. தீட்டு இல்லை. நீங்களே எடுத்துக்குங்க” என்று பிரிக்காத மூட்டையைக் காண்பித்தாள். அவருக்கு கண்ணீர் முட்டிக்கொண்டு வந்தது. “அம்மா சாப்ட்டு நாளாறது” அவள் சட்டென்று, “கஞ்சிதான் கெடக்கு சாமி, நீங்க அதெல்லாம் பசியாறுவிகளா?” என்றாள் தயங்கிக்கொண்டே. பதிலேதும் சொல்லாமல் கைகட்டி தலைகுனிந்து கை மடக்கி நின்றார். உள்ளே சென்றவள் ஒரு மண் கலயம் நிறைய கஞ்சி கொண்டு வந்தாள். தேங்காய் சிரட்டையை எடுத்துக் கொடுத்துவிட்டு “பசியாறுங்க சாமி” என்றாள்.

★★★

வடிவேலுவும் அக்கம்பக்கத்தில் கவனித்து விசாரித்து கொண்டே வந்தான். பாலாயி குடிலில் பலரும் தானியத்தை

வாங்கிச் சென்றதைப் பற்றி அறிந்தவுடன் அவனுடைய ஐயம் வலுவடைந்து கொண்டே இருந்தது. பிராமண குடும்பம் அவளிடம் கஞ்சி வாங்கி குழந்தைகளுக்கு ஊட்டியதை மறைவில் இருந்து கவனித்தான். பாலாயி கைக்குழந்தையை கொண்டுபோய் பக்கத்தில் கொண்டு விட்டு வந்தாள். அன்றிரவு அவள் கயிற்றுடன் வண்டியில் ஏறி மூட்டைகளை இழுத்துக்கொண்டு குடிலுக்குச் செல்வதை புதரில் மறைந்து கவனித்தான். அங்கு ஆட்கள் வந்து போவதையும் உளவு பார்த்தான். அவள் இல்லாதபோது அவளுடைய குடிலுக்குள் சென்ற வடிவேலு அங்கு ஒரு நெல்லு மூட்டை பிரிக்கப்படாமல் உள்ளதைக் கண்டதும் எல்லாவற்றையும் உறுதிப்படுத்தி கொண்டான். அவளுடைய நான்கு பிள்ளைகளும் அமைதியாக உறங்கிக் கொண்டிருந்தார்கள்.

வடிவேலுவும் அவனுடைய சகாவும் அவள் வீட்டிற்குள் செல்லும்வரை மறைந்திருந்தனர். அவள் உள்ளே சென்றதும் பந்தத்தில் நெருப்பு கொளுத்தி கூரையில் வீசி எறிந்துவிட்டு வாயிலுக்கருகில் காத்திருந்தான். உலர்ந்த கீற்று காற்றுடன் சேர்ந்து திகுதிகுவென எரிந்தது. வாயிலுக்கு அவள் ஓடி வந்ததும் "திருடி திங்கிறியா? சிறுக்கி முண்டை. தருமம் வேற?" என்று கத்தியபடி குதிரைச் சவுக்கால் கழுத்தை இறுக்கி உள்ளே தூக்கிப் போட்டார்கள். தீ சுற்றிப் படர்ந்து ஏறி எல்லாவற்றையும் உண்டு செரித்தது.

பெருமழையோசையுடன்தான் மறுநாள் பொழுது விடிந்தது. நள்ளிரவில் தொடங்கிய மழை ஓயவே இல்லை. மேகங்கள் திரண்டு கருத்து உச்சியில் நின்றன. காற்றும் இடியும் இல்லாத சீரான மழை. மழை நீரில் குடிலின் சாம்பல் கரைந்து நீரில் கருமை ஏறி இருந்தது. அத்தனை நாள் பெய்யாத மழை. ஊழிக் காலத்து பெருமழை. கடவுளின் கருணையா கோபமா என்றறிய முடியாமல் பெய்தது.

3

அன்று சிரமட்டார் காளியம்மன் திருவிழாவின் கடைசி நாள், பிராமண மண்டகப்படி. வைத்தியர் வீடு அதகளப்பட்டது. வைத்தியர் குடும்பத்து பங்காளிகள் எந்த மூலையில் இருந்தாலும் ஆடிக் கிருத்திகை அன்று ஊருக்கு வந்துவிட வேண்டும் என்பது எழுதப்படாத விதி. ஏனெனில் அன்று அவர்கள் குடும்ப தெய்வமான அன்ன சௌரக்ஷாம்பிகைக்கு நோன்பு கொண்டாடுவது வழக்கம். அதன் பின்னர் அனைவரும்

கலந்துகொள்ளும் சமபந்தி விருந்தில் வீட்டாரே சமைத்து தங்கள் கையால் பரிமாற வேண்டும். அதிசயமாக இந்த முறை இரண்டு திருநாட்களும் ஒரே நேரத்தில் வந்துவிட்டன. மற்ற நாட்களில் மடிப் பைத்தியங்களாகத் திரியும் குடும்பத்தார் அன்றொரு நாள் மட்டும் நடிப்பது சபரிக்கு வேடிக்கையாக இருக்கும்.

சபரிக்கு முழுமையாக நினைவு திரும்பி அன்றோடு நான்கு நாட்கள் ஆகின்றன. சுடலைக்கு வாந்தி பேதியாகி வைத்தியரிடம் மருந்து சாப்பிட்டு கொஞ்சமாகத் தேறியிருந்தான். சபரி அவ்வப்போது கண்விழித்துப் பார்த்தான். ஏதேதோ அரற்றினான். சபரியின் அப்பா முதல் நாள் வந்து அவனைக் கொஞ்சியதுகூட அவனுக்கு மங்கலான நினைவுகளாக எஞ் யிருந்தது.

மெட்ராஸ், ஆஸ்திரேலியா, சவுதி, புதுக்கோட்டை என உலகின் வெவ்வேறு கோடிகளில் வாழும் அத்தனை பங்காளி குடும்பங்களும் ஒன்று கூடியிருந்தார்கள். பூஜை முடிந்து சமபந்தி விருந்து தொடங்குவதற்கு முன்னர் சபரியின் தாத்தா மருளாளிக்கு மரியாதை செய்வது வழக்கம். புது வேட்டியும் துண்டும் நூறு ரூபாயும் கொடுப்பார். ஒரு காலத்தில் நெல்லு மூட்டை கொடுத்துக் கொண்டிருந்தார்கள். வைத்தியர் விவசாயத்தைக் கைவிட்டு பல வருடங்கள் ஆகிவிட்டன. மேலும் ஏழாம் திருநாளில் சேகரிக்கப்படும் அரிசியில் மறுநாள் அன்னதானத்திற்கு போக ஓராள் ஒரு வருடம் வைத்து சாப்பிடப் போதுமானதாக இருக்கும்.

சபரிக்கு விடாமல் காய்ச்சல் அடித்துக் கொண்டிருந்தது. சுதர்சன குளிகையும் அம்ருதாரிஷ்டமும் மூன்று மணி நேரத்திற்கு ஒருமுறை கொடுக்கச் சொல்லியிருந்தார் வைத்தியர். அரிஷ்டம் உள்ளே இறங்கியவுடன் காய்ச்சல் குறைந்து வியர்த்து விழிப்பான். மீண்டும் காய்ச்சல் ஏறிவிடும். சபரி விழிப்புக்கும் உறக்கத்திற்கும் இடையில் ஊசலாடிக் கொண்டிருந்தான். லலிதா சகஸ்ரநாமம் அவன் காதில் விழுந்தது. ஏதேதோ அம்மன் பாடல்கள் பாடப்பட்டன. அன்னரக்ஷாம்பிகை அஷ்டோத்தர நாமாவளியை தாத்தா வாய்விட்டுச் சொல்லிக் கொண்டிருந்ததை அவனால் கேட்க முடிந்தது.

அக்கரையில் உள்ள அம்மா அழைக்கிறாள். குளிர்ந்த கரிய நதி நீரின் மீது கால் நனையாமல் தரையில் நடப்பதுபோல் நடக்கிறான். பாதி வழியைக் கடக்கும்போது சடாரென்று

ஒரு சுழல் வாய் பிளந்து அவனை விழுங்கிச் சுருட்டிக் கொண்டது போல் ஒரு கனவு. உடலெல்லாம் ஈரமாகியிருந்தது. மணியோசை கேட்டது. சபரியின் அப்பா அவனை மெதுவாக அமரச் செய்தார். கண்ணில் தீபத்தை ஒற்றி எடுத்தார். நெற்றியில் வழிந்த வியர்வையை புறங்கையால் வழித்து விட்டார்.

"வேர்த்திருக்கு. ஜுரம் விட்டுடுத்து" என்றார்.

"சபரி கண்ணா... வா... செத்த நாழி உக்காந்து கதை கேளு, அம்பாளுக்கு நமஸ்காரம் பண்ணு, எல்லாம் சரியாயிடும். வாடா கண்ணா..." சபரியின் பாட்டி அவனை அழைத்தார்.

சபரி தலை தூக்கி எழுந்து நின்று நான்கு நாட்கள் ஆனதாலோ என்னவோ தலைக்குள் வீர்வீர் என்று ஒரே சமயத்தில் நான்கைந்து ரயில்கள் பாய்ந்து கொண்டிருந்தது போலிருந்தது.

"அவன் அங்கேயே உக்காரட்டும், கதை சொல்லி முடிஞ் சப்புறம் நமஸ்காரம் பண்ணும்போ கூட்டீட்டு வந்துக்கலாம். குழந்த எழுந்து உக்காந்து நாளாறது இல்லையா, தலையெல்லாம் கிண்ணுன்னு இருக்கும்" என்றார் சபரியின் தாத்தா.

சபரியின் பாட்டி கதை சொல்ல ஆயத்தமானாள். சபரி பலமுறை கேட்ட கதைதான். ஆனால் இம்முறை சரியாக கண் திறக்க முடியாததாலோ என்னவோ கதை அவன் கண்ணுக்கு முன்னர் காட்சிகளாக ஓடத் துவங்கின.

அனைவரும் சுற்றி அமர்ந்திருக்க பாட்டி தொண்டையை இருமுறை செருமிக்கொண்டு, அம்பிகையை மனமார வணங்கி, குடும்பத்தின் மூத்த சுமங்கலியான பாட்டி நோன்பு கதை சொல்லத் தொடங்கினாள்

"மனுஷாள் எல்லாம் சண்டை சச்சரவு இல்லாம, அரச வாக்கை தெய்வ வாக்கா ஏத்துண்டு தெய்வ நம்பிக்கையும் தர்ம சிந்தனையும் எல்லா மனுஷாளுக்கும் இருந்த ஏதோ ஒரு யுகத்துல"

"உம்"

"அழகாபுரி அழகாபுரி பட்டணம்ன்னு ஒரு ஊரு, அத அழகேச மகராஜன் நெறி தவறாம ஆண்டு வந்தான்"

"உம்"

"பகவானின் அனுக்ரகத்தினாலே மாதம் மும்மாரி பொழிஞ்சு, மனுஷாள் மனசெல்லாம் நெறஞ்சு சந்தோஷமா இருந்தா நாடும் மக்களும் சுபமாகவும் சுபிக்ஷமாகவும் இருந்துண்டு இருக்கறச்சே"

"உம்"

★★★

(சுவாமி ஸ்வபோதானந்தர் எழுதிய "ஸ்ரீ அன்ன சௌரக்ஷாம்பிகை ரத்ன மாலா" நூலிலிருந்து)

முன்பொரு காலத்தில் பூலோகத்து மானுடர்கள் எல்லாம் மகிழ்ச்சியாக வாழ்ந்த பரத கண்டத்தைக் கடந்து ஆகாய மார்க்கமாகச் சென்றான் நாரதன். மனிதர்கள் மகிழ்ச்சியாக இருப்பது அவனை நெருடியது. மகிழ்ச்சியில் திளைக்கும் வரை மானுடர்களுக்கு பரம்பொருள் நினைப்பு வருவதில்லை. துக்கம் அல்லவா அவர்களுக்கு தாம் யாரென்றும், பிறவியின் நோக்கம் எதுவென்றும் நினைவூட்டுகிறது? நாரதன் சிந்தித்தான். ஒரு திட்டத்தை மனம் புனைந்தது. பாற்கடலில் ஆதிசேடனின்மீது துயில் கொண்டிருக்கும் நாராயணனிடம் சென்றான்.

'நாராயண ஹரி நாராயண, பூவுலகத்தை காப்பவனே, பரத கண்டத்தில் மனிதர்கள் எல்லாம் மகிழ்ச்சியுடன் இருக்கிறார்கள். உன் நாமம் அல்லவா உன்னை உயிர்ப்பிக்கிறது, அது அல்லவா உயிர் ஆற்றல்? துயரத்தை உணராத மானுட மனம் அகங்காரம் கொள்கிறது. எல்லாவற்றிற்கும் தானே காரணம் என இருமாந்திருக்கிறது. தான் பிரபஞ்ச பேரியக்கத்தின் சிறு துளி என உணர்ந்து உம்மை சரணாகதி அடைய வேண்டும். அதுதானே மனித வாழ்வின் நோக்கம்? அவர்களுக்கு துயரத்தின் வலியை உணர்த்த வேண்டிய காலம் வந்துவிட்டது.'

மௌனித்து கண்மூடி முடிவற்ற காலத்தின் மீது சயனித்திருந்த மகாவிஷ்ணுவிற்கு முன் காலம் ஒரு படலமாக தன்னை விரித்து காட்டியது. முக்காலத்தையும் உணர்ந்த யோகியான மகாவிஷ்ணு செம்பவள இதழைக் குவித்து சிறிய புன்முறுவல் பூத்தார். அந்த ஒற்றை மர்மப் புன்னகை விளக்கிக்கொள்ள இயலாத ஓராயிரம் அர்த்தங்களை அளிக்கவல்லது. உலகையே மாற்றப்போகும் தொடர்நிகழ்வுகளின் தொடக்கக் கண்ணியாக அது மாறியது.

பரத கண்டத்து அழகாபுரி பட்டணத்தில் விஸ்வக்சேனன் என்றொரு நெறி பிறழாத பிராமணன் வாழ்ந்து வந்தான். அவனது தர்ம பத்தினி அன்னபூரணி மங்கையர்க்கரசியாக மாதர் குல திலகமாக வாழ்ந்து வந்தாள். இறைவன் அருளால் அவர்களுக்கு ஐந்து ஆண் குழந்தைகளும் ஐந்து பெண் குழந்தைகளும் பிறந்தன. பதினோராவது குழந்தையையும்

வயிற்றில் சுமந்து நின்றாள். மூன்று வேளையும் தீ வளர்த்து தன் அந்தண அறத்தைப் பேணி வந்த விஸ்வக்சேனன் மனதில் இறைவனின் சித்தப்படி வாயு பகவான் எங்கோ அவனுள் உயிர்த்திருந்த அவநம்பிக்கை எனும் சிறு பொறியை ஊதிப் பெருக்கினான். அது வளர்ந்து பெரு நெருப்பாகி ஒவ்வொரு நாளும் அவனை உண்டு செரித்துப் படர்ந்தது.

'இந்த வேதங்கள் எனக்கு என்ன அளித்தன? ஒரு பிராமணனாக வாழ்ந்து நான் கண்ட பலன் தான் என்ன? கண்ணுக்குத் தெரியாத மறுமைக்காக வருத்திக்கொள்வதில் என்ன அர்த்தமிருக்கிறது? பொருள் சேர்த்து வளமுடன் வாழ்வதில் என்ன தவறிருக்க முடியும்?'

கேள்விகள் அவனை அலைக்கழித்தன. குழம்பித் திரிந்தான். அப்போது நாரதன் பகட்டு ஆடைகள் அணிந்து செல்வச் செழிப்பான ஒரு தன வணிகனாக, கவலையுற்றிருந்த விஸ்வக்சேனன் முன் தோன்றினான். ஏழு கடலுக்கு அப்பால் உள்ள ஸ்வர்ணகிரியில் வாணிபம் செய்ததால்தான் தன்னால் இத்தனை செல்வத்தை ஈட்ட முடிந்தது என்றான். ஸ்வர்ணகிரியின் மாட மாளிகைகளைப் பற்றியும், அழகு மிளிரும் மங்கையர்களைப் பற்றியும், கொட்டிக் கிடக்கும் செல்வத்தைப் பற்றியும் கதைகதையாகக் கூறினான்.

ஆசை உடலெங்கும் தணலெனக் கொதித்தது. விஸ்வக்சேனன் ஒரு முடிவுக்கு வந்தான். இனியும் இந்த பயனற்ற வாழ்க்கை வாழக்கூடாது. மகிழ்ச்சியாக வாழ வேண்டும் அல்லது அம்முயற்சியில் மரணிக்க வேண்டும் எனும் உறுதி பூண்டு, ஓரிரவு மனைவி மக்களைத் தவிக்கவிட்டு கடல் கடந்து பயணிக்கப் புறப்பட்டான். அந்தண அறத்தை மீறிவிட்டான். தர்மம் நியதிகளால் கட்டப்பட்ட பெருஞ்சுவர், அதன் ஒற்றை கல் உருவபட்டால்கூட போதும் அது குலைந்துவிடும். ஊரெங்கும் ஒரே பேச்சாக இருந்தது. அழகேச மகராஜன் செவிகளையும் அது எட்டியது. சாத்திர விற்பன்னர்களின் ஆலோசனைப்படி தர்மத்தைக் காக்கும் பொறுப்புள்ள மகராஜன் விஸ்வக்சேனனின் குடும்பத்தை ஊரை விட்டு ஒதுக்கி வைக்க வேண்டும் என ஆணையிட்டான்.

பத்து பிள்ளைகளையும், வயிற்றில் ஒரு பிள்ளையையும் சுமந்து கொண்டு, கணவனும் கைவிட்டு நிர்கதியாக நிற்கும் அன்னபூரணி மன்னனிடம் சென்று முறையிட்டாள். "வேந்தே, கணவன் புத்தி பேதலித்து நெறி பிறழ்ந்து போனதற்கு ஏதுமறியா

நானும் என் பிள்ளைகளும் எப்படி பொறுப்பாவோம்? பத்தினி அறத்தை அன்றாடம் கடைபிடிக்கும் என்னை தண்டிக்கலாமா? ஒன்றுமறியாத இப்பிள்ளைகளை தண்டிப்பது நியாயமா? என்று கதறி அழுதாள்.

"தர்மமே எல்லாவற்றையும் ஆட்டுவிக்கிறது, அரசன் அதன் பாவை மட்டுமே, பிரபஞ்சத்தை இயக்கும் பெரும் நியதி அது, விளைவுகளாலும் எதிர்விளைவுகளாலும் இயங்குவதே இவ்வுலகு, ஆகவே, தர்மத்தைக் காக்க வேண்டி நெறி தவறிய உன் கணவனை தண்டிக்க உன்னையும் உன் பிள்ளைகளையும் ஒதுக்கி வைப்பதைத் தவிர வேறு வழியில்லை. அறமே இத்தேசதத்தை இதுவரையில் அழிவிலிருந்து காத்து வருகிறது" என்றான் அரசன்.

நீதி மறுக்கப்பட்டதால் விதியை எண்ணி அனுதினமும் இறைவனிடம் புலம்பி அழுதாள். ஊரின் எல்லைக்கப்பால் ஆற்றங்கரையோரம் ஒரு சிறிய குடிலைக் கட்டிக்கொண்டு பிள்ளைகளுடன் சேர்ந்து வாழ்ந்து வந்தாள்.

வறியவனை காப்பதல்லவா மேலான அறம்? அரசன் நெறி பிறழ்ந்தான். மழை பொய்த்தது. நிலம் வறண்டு பிளந்தது. நோய்கள் பெருகின. பசுக்கள் மெலிந்து மடிந்தன. மனிதர்கள் பசியால் வாடினர். களவும் கொலையும் மலிந்தன. குலப் பெண்டிர் சோரம் போயினர். மன்னன் செய்வதறியாது திகைத்தான். வெறுமையே எல்லாவற்றையும் நிறைத்திருந்தது. சான்றோர்களையும் அந்தணர்களையும் ஆலோசித்தான். தங்களுக்கு விதிக்கப்பட்ட தர்மத்தை அந்தணர்கள் சரிவர பின்பற்றுவதில்லை என்பதே இத்தகைய சீரழிவுக்குக் காரணம் என அவர்கள் கருதினார்கள். தேவர்களுக்குரிய அவிசை சரிவர செலுத்தாததால் அவர்கள் அளித்த சாபம் என்றனர். பரிகாரமாக பெரும் வேள்வி வளர்த்து அவர்களை திருப்திப்படுத்த வேண்டும் என்றார்கள். மன்னன் அந்த வேள்விக்கான ஏற்பாடுகளை முன்நின்று செய்தான். அனைத்து தேவர்களுக்கும் அவிசு அளிக்கப்பட்டது. பதினோரு நாட்கள் பெரும் பொருட்செலவில் தொடர்ந்து நடைபெற்ற வேள்வி எவ்விதப் பலனையும் அளிக்கவில்லை. மன்னன் மனம் சோர்ந்தான். மக்கள் அஞ்சினார்கள். இடைவிடாது இறைவனின் திருநாமத்தை உச்சரித்தனர். வீட்டையும் நிலத்தையும் துறந்து குடும்பத்தையும், கால்நடைகளையும் அழைத்துக்கொண்டு பிழைக்க வேண்டி ஊர் ஊராகச் சென்றனர். பஞ்சமும் பசியும்

பட்டினியும் நோயும் சென்ற இடங்களில் எல்லாம் உயிர்களை வாரி வழித்தன.

இதற்கிடையில் கர்ப்பவதி அன்னபூரணி அழகான ஆண் குழந்தையைப் பெற்றெடுத்தாள். அத்தனை இடர்களையும் கடந்து பிள்ளைகளை வளர்த்து வந்தாள். மக்கள் திரள் ஊர் ஊராக பிழைக்க வழி தேடிச் சென்றனர். குழந்தைகளும், முதியவர்களும், பசுக்களும், ஆடுகளும், ஆண்களும் பெண்களும் அணிவகுத்துச் சென்றனர். கண்ணில் படும் இல்லங்களில் எல்லாம் உணவை யாசித்தனர். செல்வந்தர்கள்கூட தங்களுக்கு தானியம் தீர்ந்துவிடுமோ என அஞ்சி யாசகம் அளிக்க மறுத்து உணவைப் பதுக்கிக் கொண்டனர். அன்னமின்றி மனிதர்கள் அவதிப்பட்டனர். குழந்தைகள் ஏங்கி அழுதன. நரிகளும் வல்லூறுகளும் மனிதர்கள் செத்து விழுவதற்காகக் காத்திருந்தன. நீரின்றி வறண்ட ஆற்றில் கூடிய ஜனம் இரவெல்லாம் மன்றாடி அழுது தீர்த்தது.

"வயிற்றில் தணல் எரிகிறதே! அக்னிக்கு பாரபட்சம் இல்லை, உணவில்லை எனில் வசிக்கும் உடலையே விருந்தாடுகிறது. பரந்தாமா... பிள்ளைகளின் அழுகுரல் உனக்கு கேட்கவில்லையா? மரணம் அங்குலம் அங்குலமாய் ஊர்ந்து கொண்டிருக்கிறது... நொடியில் அழைத்துக்கொள்ள அருள் செய்ய வேண்டும் தாயே..."

இரவெல்லாம் அழுகுரல்கள், மன்றாடல்கள், புலம்பல்கள் எங்கும் எதிரொலித்தன.

அவர்களின் அழுகுரலும் மன்றாடல்களும் குடிலில் வசித்த அன்னபூரணியின் செவிகளில் வந்து மோதின. அவள் மனம் உடைந்து போனாள். "ஜெகத்பிரபு! நானும் என் பிள்ளைகளும்கூட உணவின்றி தவித்துக் கொண்டிருக்கிறோம். இவர்களுக்கு நான் எப்படி உதவுவது? என் கரங்களால் இவர்களுக்கு அன்னமிடும் சக்தி கொடு. தாயே உன் பிள்ளைகள் கரைந்து அழுவது உனக்குக் கூடவா கேட்கவில்லை?" விசும்பி அழுது மனமுருகி வேண்டினாள்.

திருமாலின் இதயக் கமலத்தில் வசிக்கும் தாயாரை அவளின் அழுகுரலும் மன்றாடலும் அசைத்துப் பார்த்தன. திருமாலிடம் சென்று, "போதும் இந்த விளையாட்டு. பிள்ளைகள் பசியால் அழுது துடிக்கின்றனவே. உம் மனம் இரங்கவில்லையா? இன்னும் என்ன சயனம்?" என்று கடிந்து கொண்டாள்.

“தேவி, பொறுமை; காரணமின்றி காரியமில்லை, மாயையின் கரங்கள் உன் கண்களையும் மறித்தனவோ? இவை அனைத்தும் எம் பிரம்மாண்டமான லீலையின் ஒரு பகுதி என்பதை நீ அறியவில்லையா? நம்பிக்கை கொள், நான் கூறும் வகையில் அவளுக்கொரு வரம் அளி” என்று பெருமாள் தாயாரிடம் ரகசியம் சொன்னார். தாயார் மனம் பூரித்து புன்முறுவல் பூத்தாள். அழுதுகொண்டே உறங்கிப்போன அன்னபூரணியின் கனவில் தோன்றினாள்.

“மகளே... உன் அழுகுரல் கேட்டு ஓடோடி வந்தேன். என்ன வரம் வேண்டும் கேள்” என்று தன் முழு உருவத்தை அவளுக்குக் காட்டி எழுந்தருளினாள் தேவி. தாயாரைக் கண்ட அக்கணம் அவளுக்கு பேச நா எழவில்லை, மனம் நிலைகொள்ளாமல் தவித்தது. விக்கித்து நின்றாள். காலில் வீழ்ந்து வணங்கினாள். “அம்மா... பசியால் வாடும் இந்த உயிர்களுக்கு என் கையால் அன்னமிட வேண்டும், வேறொன்றும் தேவையில்லை”. தாயார் அவளை மெல்ல நிறுத்தி “மகளே, நீ கோரும் வரம் அளிப்பேன். ஆனால்...” என்று தயங்கி, பின் தொடர்ந்தாள் “மகளே பிரபஞ்ச நியதி என்று ஒன்றிருக்கிறது. கர்மச் சுழல் எல்லாவற்றையும் நிர்ணயிக்கிறது. ஏதோ ஒன்று பெறப்படும் தோறும் ஏதோ ஒன்று வழங்கப்படுகிறது. தேவர்களும் அந்த நியதிக்கு உட்பட்டவர்களே”

“உலகின் செல்வமெல்லாம் உன்னிடம் உறைந்திருக்கும்போது இந்த ஏழைப் பெண்ணால் உனக்கு என்ன கொடுத்துவிட முடியும்? எனது பிள்ளைகள் மட்டும்தானே என் சொத்து”

“அள்ள அள்ளக் குறையாத அட்சய பாத்திரத்தை உனக்களிக்கிறேன். எவ்வளவு வேண்டுமோ அவ்வளவு அன்னமிடு. ஆனால், அதற்கு ஈடாக ஒவ்வொரு நாளும் உன் பிள்ளைகளில் ஒருவரை எம்மிடம் அனுப்பி வைப்பாய்” என்றாள் தாயார்.

இடி இறங்கியது போல் அதிர்ந்தாள். அவளுடைய பச்சிளம் குழந்தை பாலுக்காக அழுதது. ஒற்றைப் பெரும் ஓலமாக ஆயிரக்கணக்கான ஜனங்களின் குரல்கள் அதிர்ந்தன. கண்களில் நீர் பெருகியது. தன்னை மீறிய தீரச் செயல்களே இவ்வுலகத்தை இயக்குகின்றன. அவளுடைய அன்னை மனம் பொங்கியது. ஏதோ ஒரு தீர்மானத்திற்கு வந்தவளாக, கண்ணீரைத்

துடைத்துக்கொண்டு உறுதியுடன் சொன்னாள் “இதுதான் உன் சித்தம் எனில், அப்படியே ஆகட்டும்”

தங்கத்தினால் ஆன அட்சய பாத்திரத்தை வரவழைத்து அவளுக்களித்து ஆசீர்வதித்து மறைந்தாள் தாயார். திடுக்கிட்டு விழித்தெழுந்த அன்னபூரணிக்கு இவை எல்லாம் கனவா இல்லை நனவா என குழப்பம் ஏற்பட்டது. குழந்தைகள் உறங்கிக்கொண்டிருந்தன. அருகில் தங்க பாத்திரம் விளக்கொளியில் மினுங்கியது. மனதார தாயாரை வணங்கினாள். விடிந்தது. எல்லோரையும் கூவி அழைத்தாள். களியும், கூழும், அன்னமும், கூட்டும், பாயாசமும், போளியும் விதவிதமான உணவு வகைகளை வயிறு நிறைய பரிமாறினாள். செய்தி அறிந்து உணவு கேட்டு வந்த அனைவருக்கும் எவ்வித பேதமுமின்றி அன்னம் இட்டாள். மக்கள் நெகிழ்ந்து மனதார வாழ்த்தினர். சூரியன் அடங்கி இருள் பரப்பியது. மூத்தவனை எழுப்பி கண்களில் நீர் வழிய உச்சி முகர்ந்து முத்தம் கொஞ்சினாள். அவனுடைய உடல் மரகதப் பச்சையாக மின்னியது. சிறகடிக்கும் அரவம் வெளியே கேட்டது. கருடன் வாயிலில் காத்து நின்றான். “அழ வேண்டாம் அன்னையே சென்று வருகிறேன். எம்பெருமானே என் தகப்பன்” என அவள் கண்ணீரை துடைத்து ஆறுதல் கூறி திட சித்தத்துடன் கருடனில் ஏறி பறந்து சென்றான். இரவெல்லாம் அழுதாள். பொழுது புலர்ந்தது. இருளின் வலிகள் எல்லாம் விடியலில் எதிர்கொண்ட ஆவல் மிகுந்த கண்களில் மறந்து போனாள். சுற்று வட்டாரப் பகுதிகளில் இருந்து வந்த பெரும் ஜனத்திரள் விடியலுக்காக அவள் குடிலின் வாயிலில் காத்திருந்தது. சோர்வின்றி உற்சாகத்துடன் அனைவருக்கும் அன்னமிட்டாள்.

இரவு மெல்ல ஒளியை மூடியது. வாயிலில் சிறகடிப்பின் ஓசையை கேட்டாள். மூத்த மகள் மரகதப் பச்சை நிறத்தில் மின்னிக் கொண்டிருந்தாள். கண்ணீர் பொங்கி வந்தது. “அழ வேண்டாம் அன்னையே, நம் தந்தையிடமே செல்கிறேன்.” என்று கருடனில் அமர்ந்து பறந்து சென்றாள். இரவெல்லாம் அண்ணாந்து வானத்தை நோக்கி விசும்பிக் கொண்டிருந்தாள். விடிந்ததும் மக்களுக்கு அன்னமிடுவதும் இரவில் பிள்ளைகளைப் பறிகொடுப்பதும் அதற்காக விசும்பி அழுவதும் ஒன்பது நாட்களுக்குத் தொடர்ந்தன.

பஞ்சம் அரசனின் கையிருப்பை கரைத்திருந்தது.

அரண்மனையிலும் அந்தப்புரத்திலும்கூட அன்னமில்லை. யானைகள் இளைத்து குதிரைகள் ஆயின. குதிரைகள் சுருங்கி ஆடுகள் ஆகின. செய்வதறியாது மன்னன் திகைத்திருந்த வேளையில், அன்னமிடும் செய்தி அரசனைச் சென்று சேர்ந்தது. எஞ்சி இருக்கும் படை பரிவாரங்களைத் திரட்டிக்கொண்டு வேறு வழியின்றி அன்னம் யாசிக்க அரசன் புறப்பட்டு வந்தான். பத்தாம் நாள் காலை அன்னப்பூரணி அம்மையின் குடில் வாயிலில் நின்று "அம்மையே, என்னை மன்னிக்க வேண்டும், மதி கெட்டு நான் செய்த பெரும்பிழையைப் பொறுத்தருள வேண்டும்" என அவள் முன் பணிந்தான்.

அன்னபூரணி மனம் பூரித்தாள். "கொடுத்துச் சிவந்த மன்னரின் கரங்கள் ஒருபோதும் தாழக் கூடாது. சக்கரம் சுழன்றுக் கொண்டே இருக்கும். மேலிருப்பவன் கீழும். கீழிருப்பவன் மேலும். உள்ளிருப்பவன் வெளியிலும். வெளியிலிருப்பவன் உள்ளேயும் போவான். அதுவே வாழ்கையின் நியதி. ஆகையினாலே நீங்களே உங்களுக்கும் உங்கள் படை பரிவாரங்களுக்கும் என்ன வேண்டுமோ எடுத்துக் கொள்ளுங்கள்" என்று பெருந்தன்மையுடன் அட்சய பாத்திரத்தை மன்னனிடம் நீட்டினாள்.

மன்னன் கூனிக் குறுகினான். கண்களில் நீர் தளும்பியது. அவனுடைய படை பரிவாரங்களுக்குத் தேவையான உணவை அதிலிருந்து எடுத்துகொண்டான். ஆனால், அவன் உண்ணவில்லை. அன்றிரவு பத்தாவது பிள்ளையும் பிரிந்து சென்ற துக்கத்தில் அழுது கொண்டிருந்தாள். திடீரென்று உடலெங்கும் அச்சம் பரவியது. கள்ளம் கபடமற்று சிரித்துக் கொண்டிருக்கும் பச்சிளம் குழந்தையைக் கண்டாள். மனம் நடுங்கியது. விடிந்ததும் அன்னம் யாசித்து அரசன் நிற்பான். மனம் வெருண்டது. அந்தக் குழந்தையை கையில் எடுத்தாள். முத்தமிட்டாள். 'உன் விதி எதுவோ அதுபடி ஆகட்டும்' என்று கூறிவிட்டு தன்னையே தீக்கு இரையாக்கினாள். குழந்தை உறங்கிக் கொண்டிருந்தது. பூரணமாக எரிந்து சாம்பலானாள். குழந்தை அமுது வேண்டி அழுதது. உடலை உகுத்து அருவ வடிவாய் குழந்தைக்கு அருகில் தவித்து நின்றிருந்தாள். "ஊரார் பசி போக்கினேன், என் பிள்ளை பசி போக்க வழியில்லையா?" என்று மனம் பதறினாள். அன்னபூரணியின் அழுகுரல் கேட்டு உறங்கிக்கொண்டிருந்த திருமகள் கண்விழித்து ஓடோடி வந்தாள். அவளுடைய தியாகச் செயலை கண்டு ஒருகணம் பிரமித்து

உறைந்தாள். அன்னையின் மனம் கரைந்தது. அன்னப்பூரணியின் உருவத்தில் அவளே அக்குழந்தைக்கு அமுதூட்டினாள்.

"மகளே, உன் தியாகம் மெச்சினேன். உனது ஐந்து பெண் குழந்தைகளும் ரம்பை, மேனகை, ஊர்வசி, திலோத்தமை, மிஸ்ரகேசி ஆகிய ஐந்து அப்சரஸ்கள். உனது ஐந்து ஆண் குழந்தைகள் சித்ராங்கதன், தாராசுதன், வித்யாதரன், மதாத்யயன், காஷ்டஸ்வரன் எனும் ஐந்து கந்தர்வர்கள் ஆவார்கள். ஆங்கிரச மகரிஷியின் தவம் கலைத்ததால் சாபம் பெற்று உன் வயிற்றில் பிறந்தவர்கள். அவர்கள் என் கருணையால் விமோசனம் பெற்று அமராவதி திரும்பினார்கள். காசி அன்னபூரணியின் அம்சமான நீயும் திரும்ப வேண்டிய நேரம் நெருங்கிவிட்டது."

அப்போது அந்த இருளில் ஆயிரம் கோடி சூரியனின் பிரகாசத்துடன், பேரியும் சங்கமும், யாழும், முழவும் முழங்க சங்கும் சக்கரமும் தரித்த மகா விஷ்ணு தாயார் உடனிருக்க விண்ணுக்கும் மண்ணுக்குமாக எழுந்து நின்று அன்னப்பூரணிக்குக் காட்சியளித்தார். கோடி கோடி அண்டங்கள் சிறு சிறு திவலைகளாக அவனுள் இயங்கின. அன்னபூரணி சிலிர்த்து பேச்சற்று நின்றாள். அவன் தாள் பணிந்தாள். "மகளே, உன் தியாகம் மெச்சினேன். ஊரார் பிள்ளைகளையெல்லாம் உன் பிள்ளையாக எண்ணி அமுதூட்டினாய். உன் பிள்ளையை இனி ஊரார் வளர்க்கட்டும். உன் வம்சம் விளங்க இவனொருவன் இருக்கட்டும். இந்த மக்களுக்கு எல்லாம் அன்னம் வழங்கி துயர் துடைத்த நீ அன்ன செளரக்ஷாம்பிகை என வழங்கப்படுவாய். உன்னை வேண்டி ஆடி மாதம் கிருத்திகை நட்சத்திரத்தில் நோன்பிருப்பவர்கள் வீட்டில் அன்னம் என்றும் குன்றாதிருக்கட்டும். நோய் நொடிகள் அண்டாதிருக்கட்டும். திருமகளின் அருள் என்றும் நிறைந்து செல்வம் கொழிக்கட்டும்... ஆயுள் பெருகட்டும்... பூரண செளபாக்கியம் கிட்டி, அஷ்ட ஐஸ்வர்யங்களுடன் வாழ்வாங்கு வாழட்டும்."

"பிரபு, அரசன் தவறை உணர்ந்து கொண்டான், தர்மம் அதன் பாதையில் பயணிக்கிறது, மனிதர்கள் விடாமல் உமது திருநாமத்தை உச்சரித்து சரணடைந்து விட்டார்கள். போதும் உமது சோதனைகள். அவர்களின் நம்பிக்கையைக் காப்பாற்ற வேண்டி பஞ்சப் பிணியை போக்கி அருள் செய்ய வேண்டும்" என்று கைகூப்பி வேண்டினாள் அன்னபூரணி.

"அப்படியே ஆகட்டும்" என்று ஆசியளித்து அன்னபூரணியை

அவர்களின் ஹம்ச விமானத்தில் ஏற்றிக்கொண்டு புறப்பட்டு சென்றார்கள். விடியலுக்கு பின்னர் கூடிய மக்கள் அன்னபூரணியையும் அட்சய பாத்திரத்தையும் காணவில்லை என்றதும் குழம்பினர். குழந்தை மட்டும் குடிலில் உறங்கிக் கொண்டிருந்தது. அப்பொழுது வான்வெளியிலிருந்து அன்னபூரணியின் குரல் கேட்டது. தன் கதையைக் கூறிய பின்னர், 'தர்மம் நிலை திரும்பிவிட்டது, உங்கள் அன்ன பாத்திரங்களில் உணவு எப்போதும் நிறைந்திருக்கும், நாடும் வீடும் செழிக்கும்' என்று ஆசி கூறி அக்குரல் மறைந்தது. அரசன் தன் படைபரிவாரங்களுடன் மண்ணில் வீழ்ந்து வணங்கினான். இனி உன் பிள்ளை என் பிள்ளை என அக்குழந்தையை தூக்கிக்கொண்டு அரண்மனைக்குச் சென்றான்.

★★★

"அம்பாள் ஒரு நா நம்ம முப்பாட்டன் மேல வந்து, எரிஞ்சு மிச்சமிருக்குற கால் கட்டவிரல மட்டும் எடுத்துண்டு வந்து பூஜ பண்ணுங்கோன்னு சொன்னா."

கரிய கால் கட்டை விரல் எனக் கூறிய பாட்டியின் குரல் கேட்டதும் சபரிக்கு சடாரென்று விழிப்பு தட்டியது. ஒருகணம் பார்க்கும் அனைத்தும் ரத்தச் சிவப்பாக, குருதிப் படலமாக காட்சியளித்தது அவனுக்கு. தலை கனம் குறைந்து லகுவாக இருந்தது. வியர்வை வடிந்து உடல் சில்லிட்டு இருந்தது. பாட்டி கதையை முடிக்கவிருந்தாள்.

"குல பித்ருக்கள் சொன்ன பலன் கேட்ட பலன்... முன்னோர்களும் பெரியோர்களும் சொன்ன பலன் கேட்ட பலன்... நான் உங்களுக்கு சொன்ன பலன் கேட்ட பலன்ன்னு எல்லோர் பலனும் இதை கேட்ட உங்களுக்கும் உங்க சந்ததிக்கும் கிடைக்கட்டும்... அவ அருள் பூரணமா நிரம்பி வழியட்டும்..."

"உம்"

"ஓம் அன்ன சௌரக்ஷாம்பிகே நமஹா"

எல்லோரும் அம்பிகைக்கு பூப்போட்டு வணங்கி கையில் தோரம் கட்டிக்கொண்டார்கள். சபரி கண் விழித்திருந்தான். வியர்வை வடிந்து உடல் சில்லிட்டிருந்தது.

"தாத்தா மருளாளி வந்துருக்கார்..." ஓடி வந்து சொன்னாள் சபரியின் சித்தப்பா மகள்.

"சபரி கண்ணா... இங்க வா..." தாத்தா அவனை அழைத்தார். சபரி மெல்ல நடந்து வந்தான். அவனை மெதுவாகக் கூட்டிக்கொண்டு வெளித் திண்ணைக்கு வந்தார். அங்கே மருளாளி நின்றுக் கொண்டிருந்தார். அன்று கோவிலில் பார்த்த மருளாளிக்கும் இன்று திண்ணையில் பார்க்கும் மருளாளிக்கும் சம்பந்தமே இல்லை என்று சபரிக்கு தோன்றியது. முகத்தில் அமைதி தோய்ந்திருந்தது. வைத்தியர் அவருக்கு செய்ய வேண்டிய முறையைச் செய்தார். மருளாளி சபரியையே பார்த்துக் கொண்டிருப்பது போலிருந்தது.

"தம்பிக்கு கொஞ்சம் விபூதி இட்டு விடுங்க..." வைத்தியர் மருளாளியிடம் சொன்னார்.

மருளாளி வேட்டி மடிப்பில் முடிந்து வைத்திருந்த திருநீறை எடுத்து, சில நொடிகள் கண்களை மூடிக்கொண்டிருந்துவிட்டு முணுமுணுத்தபடி சபரியின் நெற்றியில் பூசிவிட்டார். அவர் ஏதாவது சொல்லக்கூடும் என சபரிக்குத் தோன்றியது, ஆனால் வந்த வழியில் திரும்பிச்சென்றார்.

உள்ளே சென்று அம்பிகைக்கு பூப்போட்டு வணங்கினான். பின்கட்டில் சமபந்தி விருந்திற்காக பெரும் பந்தலிடப் பட்டிருந்தது. சுடலையும் வந்திருந்தான். கையசைத்தான். வைத்தியர் பார்த்துக் கொண்டிருந்தார்.

"ரசஞ்சாதம் மட்டும் சாப்பிடு. போ சுடலைகூட உக்காரு" என்று சபரியை அனுப்பி வைத்தார்.

சுடலையும் அவனும் பழையபடி உற்சாகமாக சிரித்துப் பேசிக் கொண்டிருந்தார்கள்.

"என்றா... ஆத்தா அப்புன அப்புல ஆளே எந்திரிக்கல போல..." சிரித்தான் சுடலை. இலையில் என்னென்னவோ பரிமாறிக்கொண்டிருந்தார்கள்.

"உனக்கு ஆத்தா வவுத்துலப் பிளக்க பிடுங்கிடான்னு சொன்னாக..." சபரியும் சிரித்தான். அம்பிகையின் நைவேத்திய பிரசாதங்களைக் கொண்டு வந்தார்கள். ஏதோ நினைவு வந்தவனாக சுடலையிடம் சபரி கேட்டான்.

"ஆமா, அன்னிக்கி எண்ணும்போது எத்தன கல்லுடா இருந்துச்சு?"

பாயசத்தை உறிஞ்சியபடியே சுடலை சொன்னான். "ஓ

அதுவா... பெரிய கல்லையும் சேத்து மொத்தம் பதினோரு கல்லுடா..''

எல்லா பக்கங்களிலுருந்தும் ஒரு உக்கிரமான ரத்த வாடை அவனைச் சூழ்வதை சபரி உணர்ந்தான்.

- பதாகை, மே 2014

அம்புப் படுக்கை

துருவேறிப்போன தர்மாவின் பச்சை நிற ஹெர்குலஸ் சைக்கிள் ஒத்துழைக்க மறுத்து முரண்டு பிடித்தது. அவன் அழுத்துவதற்கு சம்பந்தமில்லாமல் பிடிவாதமாக இறுக்கிக்கொண்டு முனகியபடி மெதுவாக முன்னகர்ந்து வருவதை சுதர்சனின் காதுகள் தொலைவிலேயே உணர்ந்துகொண்டன. தர்மாவின் சைக்கிளுக்கென்றே இருக்கும் ஓசை, பசையற்று உலர்ந்த எலும்புகள் ஒன்றையொன்று உரசிக் கொள்ளும் ஓசை.

மூச்சிரைக்க காலூன்றி அவனிடம் நின்ற தர்மாவை நோக்கி, “இன்னமும் இந்த சைக்கிள விடலையாண்ணே?” என்றான். “வேற போக்கில்லையே தம்பு” என்றபோது வழக்கமாக காதுகளைத் தொட முனையும் உதட்டோரக் கோடுகள் தயங்கி பாதி வழியில், கறைபடிந்து மழுங்கிய முன்பற்களைக் காட்டுவதோடு நின்றன. “தம்பு.. நம்ம ஆனாரூனா செட்டியாருக்கு சொகமில்ல. ஒரு எட்டு வந்து பாத்துட்டு போவச் சொல்லி ஆச்சி தாக்க சொல்லிவிட்டாக”.

மாலைச் சூரியன் மேகங்களுக்குள் மறைந்து மேக முனைகளை மட்டும் ஒளியேற்றியது. கிரிக்கெட் பேட்டை கவ்வியிருக்கும் கேரியரை இழுத்துச் சரிசெய்தபடியே, “அம்மா உள்ளதான் இருக்காங்க... சொல்லிருங்க” என்றான்.

“அப்பச்சி ஒன்னையத்தான் பாக்கணுமாம்”

அவர் பேரனும் சுதர்சனும் பள்ளித் தோழர்கள். அவன் இப்போதெல்லாம் இங்கு வருவதில்லை எனும் வருத்தம் இருக்கலாம். அவனை வரவழைக்க உதவி தேவையாய் இருக்கும் என எண்ணிக்கொண்டான்.

“நாச்சி இருக்கானா?’

“எல்லாரும் இங்கேயேதான் ரெண்டு நாளா இருக்காக”

“நானும் அம்மாவும் வர்றோம்” என்றபடி சைக்கிளை மீண்டும் வீட்டுக்குள் நிறுத்தினான்.

ஆனாரூனா ஊரின் முக்கியஸ்தர்களில் ஒருவர். ஒரு காலத்தில் அவருடைய பாத்திரக்கடை மிகப் பிரபலம். இப்போது கவனிக்க ஆளில்லை. டவுனில் நான்கைந்து காம்ப்ளெக்ஸ்கள் அவருடையவை. வாடகையில் நல்ல வரும்படி. தர்மா அவருடன் பட்டறையில் இருந்தவன்தான். அது இதுவென்று எல்லா வேலையும் செய்வான். ஆள் தேவை என்றால் மருந்து இடிக்கவும் வருவான்.

தாத்தா மரணக் குறிகளில் தேர்ந்தவர். முதன்முறையாக அவர்கள் சந்தித்துக் கொண்டது பல வருடங்களுக்கு முன்னர். ஆனாரூனாவின் மூத்த மகன் பதினாலு நாள் காய்ச்சலில் துவண்டு கிடந்தான். மிஷன் ஆஸ்பத்திரி துரை டாக்டர் ஊசிக்குக்கூட மட்டுப்படவில்லை. நினைவிழந்து அரற்ற ஆரம்பித்தவுடன் பங்காளிகள் வைத்தியரைப் பற்றி கூறி அழைத்து வந்தார்கள். நாடி பார்த்து “யான நடதான்... மெதுவான்னாலும் வலுவா இருக்கு... பொழச்சிக்கிடுவான்” என்று அவர் சொன்னபடியே இரண்டொரு நாளில் மீண்டெழுந்தான். மூச்சிழுத்துக் கொண்டிருந்த பெரியாச்சியின் நாடியைப பார்த்துவிட்டு “தளந்துருச்சு... ஆனாலும் ஆத்தா கடிவாளத்த இறுக்கமா பிடிச்சிருக்கா. பொறுக்காம போதும்னு விட கொஞ்சம் நாழியாகும்... ரெண்டு நாள் கழிச்சிதான் ஆகும்” என்றார். அவர் வாக்கைக் காக்கவே மூச்சைப் பிடித்துக் கொண்டிருந்தவள் போல் மூன்றாம் நாள் உதயத்தில் உயிர்விட்டாள் பெரியாச்சி.

அதன் பின்னர் ஆனாரூனா வைத்தியரைப் பார்க்க அடிக்கடி வரத் துவங்கினார். வாயு குத்தல் கால் குடைச்சல் என ஏதாவது மருந்து வாங்கிக்கொண்டு போவார். ஒவ்வொரு முறையும் பர்மாவிலிருந்து தான் தப்பிவந்த கதையை தவறாமல் புதுப்புது கிளைக் கதைகளோடும் கதாபாத்திரங்களோடும் சொல்வார். தாத்தாவும் பொழுது போக வேண்டுமே எனக் கேட்டுக் கொண்டிருப்பார். கிண்டல் செய்வதுகூட பிடிபடாத அளவுக்கு ஆனாரூனா ஒரு வெள்ளந்தி.

“நெலம சரியில்லன்னு பட்டவுடனே பணத்த தங்கமா மாத்தி கப்பல பிடிச்சு வந்துட்டேன்ல... எல்லாம் அந்த ஆறுமுகசாமி

அருள். வாங்கடான்னு சொன்னேன்... என் வார்த்தைய நம்பாத பயலுக எல்லாம் ஓட்டாண்டி ஆயிட்டாய்ங்க" என்று ஒருமுறை சொன்னபோது "கப்பல்ல ஏற முன்ன ஒரு ஃபைட் சீனு உண்டுங்கானும் மறந்துட்டீர்" என தாத்தா எடுத்துக் கொடுத்தார். "சப்பான்காரன் போட்டாம் பாரு குண்டு. மொத்தமும் காலி. நானும் பாகனேரி சம்முகமும் மட்டும் கெடச்சத சுருட்டிகிட்டு ஊருக்கு ஓடியாந்தோம்... போக்கு தெரியாம லாத்திகிட்டு கிடந்தோம். சோத்துக்கு வழியில்ல... இங்கிலிஷ்காரன் இங்கிலிஷ்காரன் தான்... அவம்புட்டு டாங்கு வண்டியில ஏத்தி இந்த லக்குல கொண்டாந்து விட்டுட்டான்" என்றால் "வழியில டாங்கு சக்கரத்துல காத்து போயிருக்குமே?" என்பார் தாத்தா.

ஒருமுறை பர்மாவிலிருந்து தன் தலைமையில் ஒரு படையை நடத்தியே ஊருக்குக் கூட்டிவந்த பிரதாபத்தைக் கூறினார். இவருடைய வீரச்செயலை பாராட்டி நேதாஜி வங்காளத்தில் எழுதிய நன்றிக் கடிதத்தைதான் காணவில்லை என்றும் கிடைத்தவுடன் காண்பிப்பதாகவும் சொன்னார்.

ஆனாரூனா கதைகளில் மாறாதது ஒன்றுண்டு. ஒவ்வொரு முறையும் அவர் மயிரிழையில் தப்பிப் பிழைப்பார். புறங்கழுத்தில் மூச்சுவிட்டுக் கொண்டிருந்த மரண தேவதையை மூச்சு வாங்கச் செய்து தப்பித்து வந்தார். "குண்டு போடுறான் போடுறான்னு கத்திகிட்டு சனமெல்லாம் தெருவுல ஓடுதுங்க. பிளேனு சத்தம் கேட்டாலே வயித்துல அரளும். அவென் என்னத்துக்கு வாரான்னு தெரியாது. ஒருநா ராத்திரில பொண்டு புள்ளைகளோட ரங்கூன் கேம்புக்குள்ள உறங்கிட்டு கெடந்த சனம் மேல குண்டு போட்டான். ஒரு யுத்த தர்மம் வேணாம்? தண்ணி மோள எந்திருச்சு வெளிய வந்தவேன், தெகச்சு நின்னுட்டேன்... டமார்ன்னு பெருஞ்சத்தம்... அப்பிடியே தரையோட தரையா மட்டமா படுத்துக்கிட்டேன்... கண்ணு முன்னாடி கேம்ப் பத்தி எரியுது. இந்தக் காது மந்தமானது அன்னிலேந்துதான். நீங்க கூட கேப்பீகளே" என்றார்.

"எப்படியோ எவென் கையிலும் ஆப்படாம இந்தப் பக்கட்டு வந்து சேந்து நிம்மதி மூச்சு விட்டா அந்த பகவானுக்குப் பொறுக்கல. பெரிய ஆறு... முழங்கால் மட்டு தண்ணில சனம் இறங்கி நடக்க ஆரம்பிக்குது. எங்கையோ மலைக்கு அங்குட்டு மழ கொட்டி திடுமுன்னு தண்ணி. சுதாரிக்க முடியல... அடிச்சுக் கொண்டே போயிடுச்சு... கண்ணு முன்னாடி பாத்தேன்... இவளுக்கு முள்ளு குத்துனதால நெம்பிகிட்டு கிடந்தேனோ

பொழச்சேன்... ரெண்டு நிமிஷம்தான்". ஒருமுறை ஆற்றில் கண்ணாடி விரியன் தன்னுடன் வந்தவரைக் கடித்து சாகடித்ததாக சொல்வார். பழனிக்கு நடக்கும்போது திருடர்களிடம் மாட்டி கவரிங் கடுக்கனை கொடுத்து தப்பியதைச் சொல்வார்.

கர்னல் சாமுவேல் மிகக்கறாரான பேர்வழி. சுதேசி எனச் சந்தேகம் வந்தால்கூட போதும், லாடம் கட்டிவிடுவார். விசாரணைக்குச் சென்ற பலரும் ஊமைக் காயங்களால் இரண்டு மூன்று நாட்களில் ரத்த பேதியாகி இறந்து போவார்கள். சுதேசி போராட்டத்திற்கு நிதி சேகரித்த வகையில் செட்டியாரும் மாட்டிக் கொண்டாராம். "என்னிக்கி இருந்தாலும் அவுகதான பாதுகாப்பு, நீங்க போயிருவீக... நாளைக்கு எங்கள அவுக ஒதுக்கிடப்பிடாது பாருங்க" என நைச்சியமாக கர்னலிடம் நிலைமையை எடுத்துச்சொல்லி சரிக்கட்டி தப்பித்தாராம். அவருக்கு எப்போதும் மரணம் தன்னை வேட்டையாடுவதாக ஒரு பயம். தப்பித்ததில் பெருமிதம் வேறு உண்டு.

தாத்தா நல்ல அறிவுத் தெளிவோடு இருந்த கடைசி நாட்களில் ஒரு நாள் அவரும் ஆனாரூனாவும் பேசிக்கொண்டிருந்தது சுதர்சனுக்கு நன்றாகவே நினைவில் இருந்தது. ஆனாரூனா, "நம்மள குறி வெச்சுகிட்டே இருக்கு... எப்படியோ ஆறுமுகசாமி அருளால இம்புட்டு நாளா இன்னும் தல தப்பி இருக்கேன்" என்றபோது தாத்தா "குறி வெக்குற அளவுக்கெல்லாம் பகவானுக்கு பொறுமை இருக்காது ஓய்... நாம என்ன ராவணனா கம்சனா... அதுக்கும் ஒரு ஆகிருதி வேணும்... குத்துமதிப்பா மொத்தமா அம்பு மாரி தான்... அதிஷ்டம் இருந்தா பொழச்சிக்கலாம்... நீர் சொல்லிட்டீர்... ஒவ்வொரு நாளும் எல்லாருக்கும் இதே கததான்..." என்றார்.

பாம்புகளிடமும் தோட்டாக்களிடமும், திருடர்களிடமும், இராணுவத்திடமும், கிளர்ச்சியாளர்களிடமும், குண்டுகளிடமும் தப்பித்து பிழைத்திருக்கிறார் ஆனாரூனா. "ஓங்க தாத்தா நல்லா ஜேம்ஸ்பாண்ட் பட சீனெல்லாம் அடிச்சு விடுறார்" என சுதர்சன் நாச்சியிடம் சொன்னதற்காக கொஞ்சகாலம் கோபித்துக் கொண்டு பேசாமலிருந்தான்.

எது உண்மை என்று எவரும் தோண்டித் துருவியதில்லை. தேவையுமில்லை. பர்மாவில் இருந்தார். பர்மிய மனைவிமார்களை வேறு வழியின்றி உதறிவிட்டு, குழந்தைகளை மட்டும் தூக்கி வந்த அப்போதைய வழமைக்கு மாறாக தன் வாரிசைச் சுமந்த பர்மிய ஆச்சியையும் அத்தனை இக்கட்டுகளை

மீறி ஊருக்கு கூட்டிக்கொண்டு வந்தார் என்பதும். அன்றைய தினத்தில் பேரழகியாக அறியப்பட்ட, தன்னை விட பல வருடங்கள் இளமையான, ஆச்சியின் பூர்வாசிரம வரலாற்றைப் பாதுகாக்க பெரும்பாடு பட்டார் என்பதும். பர்மாவிலிருந்து வரும் வழியில் காலில் அடிபட்டு எலும்பு முறிந்ததில் கெந்தி கெந்தித்தான் நடக்கிறார் என்பதும். இன்றும் பர்மிய முகச்சாயல்கொண்ட பேரன் பேத்திகள் புழங்குகிறார்கள் என்பதும் மூத்த ஆச்சியும் அவர் வழி வந்தவர்களும் இவரோடு புழங்குவதில்லை என்பதும் தீர்மானமான உண்மைகள். ஆச்சியைப் பார்க்கும்போதெல்லாம் எங்கிருந்தோ வந்தவர் தன்னை எப்படி முழுவதுமாக இந்த மண்ணில் கரைத்துக் கொண்டார் என்பது சுதர்சனுக்கு வியப்பாய் இருக்கும். தர்மாதான் ஏதாவது கதைகளைச் சொல்வான். "கேட்டுக்க தம்பு ஆச்சி ரொம்ப ராங்கி அப்பல்லாம், அப்பச்சிக்கும் எடுத்ததுக்கெல்லாம் சந்தேகம். ஆருட்டையும் பேச மாட்டாக பொழங்க மாட்டாக. மெதுமெதுவா எல்லாமுமா ஆய்ட்டாக... மீனாச்சி ராச்சியம்தான்" எனச் சொல்லிச் சிரித்தான்.

இரும்புக் கட்டிலில் எவர் முகமும் காணப் பிடிக்காதவர் போல் ஜன்னலைப் பார்த்து வலது புறமாக கண்மூடி ஒருக்களித்து படுத்திருந்தார் ஆனாரூனா. உடல் முழுவதும் அடர்ந்திருந்த ரோமம் வெள்ளி புற்களாக நீண்டிருந்தன. வேட்டி நெகிழ்வின் ஊடாக மூத்திரப்பை நாளம் வெளித்தெரிந்தது. நாச்சியும் வேறு பலரும் நின்று கொண்டிருந்தார்கள். "ஐயா நீ நாடி பிடிச்சு பாக்கணும்னு சொல்றாரு. தாத்தா இருந்த வரைக்கும் அவருதான் பாப்பாரு. தாங்குமா தாங்காதான்னு பாத்து சொல்லுப்பா" சொற்கள் முடிவதற்குள் ஆச்சிக்கு அழுகை பொங்கிக்கொண்டு வந்தது.

சுதர்சனுக்கு எரிச்சலாக இருந்தது. நாடியில் என்ன இழவைப் பார்த்துவிட முடியும்? இன்னமும் இதை நம்பிக் கொண்டிருக்கிறார்கள். அதுவும் விஜயதசமிக்கு ஆயுர்வேத கல்லூரியில் சேர்ந்தவன் தீபாவளிக்கு திரும்பி வந்திருக்கும்போது அவனுக்கு என்ன புரிந்திருக்கக்கூடும்? வேண்டா வெறுப்புடன் முதல்நாள் முதல் வகுப்பில் சென்று அமர்ந்தவுடன் பேராசிரியர் ஸ்ரீகாந்த ரெட்டி "இது ஒரு கல்லூரி அல்ல, செத்த காலேஜ்... நீங்கள் படிப்பது மருத்துவ அறிவியல் அல்ல வெறும் வரலாறு" என்று இருந்த கொஞ்ச நஞ்ச நம்பிக்கையையும் உருவிச் சென்றிருந்தார்.

தாத்தாவினால்தான் இந்த கதி. அவருக்குப் பிறகு சுதர்சன்தான் மருத்துவனாக, அதுவும் ஆயுர்வேத மருத்துவனாக, வரவேண்டும் என்பதே தனது ஆசை என திரும்பத் திரும்பச் சொல்லிக்கொண்டிருந்தார். அவனுக்காக மூட்டை நிறைய சுவடிகளையும் ட்ரங்க் பெட்டி நிறைய மருத்துவ நூல்களையும் சொத்தாக விட்டுச் சென்றார். எத்தனையோ முறை அவர் வாத பித்த கபம் என வகுப்பெடுக்க முயலும்போதெல்லாம் தப்பித்தோம் பிழைத்தோம் என ஓடி விடுவான். கடைசி காலங்களில் நினைவு தப்பத் துவங்கியதும் மருந்துகள் மறந்து அனைவருக்கும் நிரந்தர புன்னகையுடன் திருநீறு அளித்துக் கொண்டிருந்தார். அதற்கும் நோய் சரியாகிவிட்டது என காலில் விழுந்துகொண்டிருந்தார்கள். சாய்ந்து உறங்கிக்கொண்டிருப்பவர் திடுமென்று விழித்து "ஆரட்டியம்... சீ ச்சீ... போயிரணும் சீக்கிரம் போயிரணும் " எனப் புலம்புவார்.

தாத்தாவிற்கு தண்டுவட டி.பி. மிகக்கொடூரமான வலி. "முள்ளுல படுக்குற மாறி இருக்குடா... போதும்டா கண்ணா, ஒனக்கு கருணையே இல்லியா" எனப் புலம்புவார். தண்டுவடம் முழுக்க ஆயிரம் கூர்வாட்கள் குத்திக்கொண்டிருப்பது போல வலி. உச்சகட்ட வலிக்கு அப்பால் வாழ எப்படியோ பழகிக் கொண்டார். அங்கே அவர் என்னவாக இருந்தார் என்பது யாருக்கும் தெரியாது. பெரும்பாலும் புன்சிரிப்புடன் கண்மூடிக் கிடந்தார். மனம் அதிலிருந்து வழுவி போதம் திரும்பும்போதுதான் வலி அவரால் தாங்கிக்கொள்ள முடியாமல் ஆனது. "என்னக் கொண்டுபோ... கொன்னுடு" என அரற்றுவார். மரணக் குறிகள் மட்டும் நினைவில் எழுந்தன. "இன்னும் சக்கரவட்டம் வரல" என்பார். மரணத்திற்கு மூன்று நாட்களுக்கு முன் "காட்டுப்பீ..." எனப் புன்னகைத்தார். கடைசியில் நேராகப் படுக்கக்கூட முடியாத நிலை. வலியின் தீவிரத்தில் ஒருநாள் இதயம் ஸ்தம்பித்து மரித்தார்.

"ஆச்சி நாடில ஒன்னும் தெரியாது"

"அதெல்லாம் நீ பாத்து சொல்லுப்பா... தாக்க சொல்லிவிடணும்" என்றாள் ஆச்சி. சுதர்சனைக் காட்டிலும் அவன் மீது அவளுக்கு அதீத நம்பிக்கை.

"ரிபோர்ட்ஸ் கொடுங்க" எனக் கேட்டு ஃபைலை பிரித்து பார்த்தான். சுதர்சனின் சங்கடத்தைப் புரிந்துகொண்டது போல் செட்டியாரின் இளைய மகன் அருகில் வந்து காதில் கிசுகிசுத்தார் "இஸ்கீமிக் ஹார்ட் டிசீஸ்னு சொன்னாங்க தம்பு.

இப்ப தண்ணி கோத்துகிட்டு கெடக்கு… ஒன்னும் செய்ய முடியாதுன்னு சொல்லிட்டாங்க” என்றார். தெத்துப்பல்லும், பென்சில் மீசையுமாக இருந்தார். ஊரிலேயே இருந்து செட்டியாரைப் பார்த்துக் கொள்பவர் அவர்தான். டவுனில் ஹார்ட்வேர்ஸ் கடை நடத்தி வருகிறார்.

செட்டியார் அருகே ஸ்டூலில் அமர்ந்தான். மூடிய திரைகளுக்கு அப்பால் விழிகள் துடித்துக் கொண்டிருந்தன. உதடுகள் நடுங்கிக் கொண்டிருந்தன. தொண்டையைக் கடக்கும் காற்றின் ஒலி புறா அகவல் போல் வெளியே கேட்க முடிந்தது. ஆவல் மின்னும் விழிகள் சூழ சுதர்சன் அமர்ந்திருந்தான்.

“அய்யா… நல்லா இருக்கீகளா… நாடி பாக்க வைத்தியர் பேரன் வந்திருக்காரு… தெரியுதா?” என கூட்டத்திலிருந்த முன் வழுக்கையர்களில் ஒருவர் உரக்கக் கூவினார். பெரிய சலனமேதும் இல்லை. “அய்யா சுதர்சன் வந்திருக்கான்” என்று நாச்சி காதருகே குனிந்து சொன்னான்.

தலைமாட்டில் செட்டியாரின் மூத்த மருமகள் மூச்சிரைக்க லோட்டா பாலில் நெய்க் கரண்டியுடன் தயாராக இருந்தார். கங்கை நீர் நிரப்பிய தாமிரச் சொம்பை வைத்துக்கொண்டு இரண்டாம் மருமகள் நின்றிருந்தார். கோயம்பத்தூரிலிருந்து வந்திருந்த பெரிய மகன் எவரிடமோ “காரியம் முடிச்சு நாலாம் நாள் வந்து கையெழுத்து போடலன்னா ஏன்னு கேளுங்க” என உணர்ச்சிகரமாக கிணற்றடியில் மன்றாடிக் கொண்டிருந்தது அசாதாரண நிசப்தத்தை கீறிக்கொண்டு அறையை நிறைத்தது.

மெதுவாக இடக்கரம் தொட்டு நாடியை நோக்கினான். ஆள்காட்டி விரல் வாதம், நடுவிரல் பித்தம், மோதிரவிரல் கபம். வாதம் பித்தம் கபம் மனதிற்குள் சொல்லிக்கொண்டே இருந்தான். நாடி ஒரு அலை போல எழுந்து மூன்று விரல்களையும் தொடுவது போலிருந்தது. வாதம் பித்தம் கபம். மோதிரவிரலையும் நடுவிரலையும் தீண்டாமல் வளைந்து சென்ற ஒரு பாம்பு விருட்டென ஆள்காட்டி விரலைக் கொத்தியது. சிற்றலைகள் எழுந்தன தாமரை மிதக்கிறது. ஆழத்திலிருந்து ஒரு கடலாமை நிதானமாக மேலெழுந்து வருகிறது. அதன் ஓடு மோதிரவிரலை தொட்டு மூச்சிழுத்து மீண்டும் ஆழத்திற்கு சென்றது. மெல்லச் சலனமற்று அடங்கியது. பதட்டத்தில் கனவு கலைந்து எழுந்த சுதர்சன் கண் விழித்து நோக்கினான். மீண்டும் பேரலை விரல்களை தொட்டுச் சென்றது.

எழ முற்பட்டபோது அவர் விரல்கள் அவனைத் தீண்ட முனைவது போலிருந்தது. மீறி எழுந்தான். நாசி வளைவு கண்ணீரின் ஈரத்தில் மின்னியது. உதடுகள் துடித்து எதையோ முணுமுணுத்துக் கொண்டிருந்தன. சொல்லிவிடு, சொல்லிவிடு, என மன்றாடித் துடிக்கும் கண்கள் அவனுக்கு மிகப் பரிச்சயமானவை என தோன்றியது. சுதர்சன் எழுந்தான். அவனையும் மீறி உதட்டில் ஒரு சிரிப்பு எழுந்தது. "அய்யா உங்களுக்கு ஒன்னுமில்ல. நாடி எல்லாம் நல்லா இருக்கு. பழைய மாதிரி ஆயிடலாம். கவலப்படாதீங்க. நீங்க சொல்ல இன்னுமொரு கத பாக்கியிருக்கு" எனக் கையை இறுகப் பற்றி உரக்கச் சொல்லிவிட்டு, "வர்றேன்," என்றபடி வெளியே வந்தான்.

"என்ன தம்பு ஆளுகளுக்கு தாக்க சொல்லிவிடலாமா?" என்றார் இளையவர்.

"அவசியம் இருக்காது" என்றபடி சைக்கிளில் ஏறிக் கிளம்பியபோது வாயிலில் புங்கை மர நிழலில் தன்னுடைய சைக்கிளைச் சாய்த்துக்கொண்டு அமர்ந்திருந்த தர்மா, "வாங்க தம்பு" என உதட்டோர கோடுகள் காது தொட வழக்கம் போல் சிரித்தான்.

சைக்கிள் தெரு முக்கைக் கடப்பதற்கு முன்பே ஆச்சியின் பெருங்குரல் ஓலம் கேட்டது. நிற்க விடாமல் சைக்கிள் அவனை உந்திக் கொண்டு போனது.

- பதாகை, டிசம்பர் 2015

பொன் முகத்தைப் பார்ப்பதற்கும் போதை முத்தம் பெறுவதற்கும்

"ஷ்ஷ்ஷ்" குக்கர் கொதிப்பு தாங்காமல் வீறிட்டது. தூளியில் தூங்கிப்போயிருந்த வள்ளி விதிர்த்தாள். லெட்சுமண செட்டியார் நிறைந்து வழிந்த தொந்தியை எக்கி, நெகிழ்ந்திருந்த வேட்டியை முறுக்கிக்கொண்டு எழுந்து வந்தார். வள்ளி நவ்வாப்பழக் கண்களை வெருட்டி அவரைப் பார்த்து 'ஏமாந்தியா' என்பது போல் லேசாகச் சிரித்தாள்.

வள்ளிக்கு அதிகாலை ஐந்து மணிக்கெல்லாம் விழிப்பு தட்டிவிடும். அலமு தூக்கக் கலக்கத்தில் அவளைத் தூக்கி வந்து 'பாத்துக்குங்க' என்றபடி மீண்டும் அறைக்குச் செல்வாள். ஏழு ஏழரை வரை குதியாட்டம் போட்டு அடங்கிய பின்னர் மீண்டும் அவளுக்கு தூக்கம் செருகும். மேற்கு மாம்பலத்தின் அடுக்குமாடிக் குடியிருப்பில் காலை ஏழு முதல் ஒன்பது வரையிலான நேரம் என்பது, போருக்கு முந்தைய ராணுவத் தயாரிப்பைப் போலிருக்கும். ஆறு வீட்டு குக்கர்களின் வீறிடலும், மூன்று வீட்டுச் சமையல் நெடியும், இருபது வீட்டு வண்டிகளின் ஓலமும் நாவன்னா லேனாவுக்கு, நாளொரு வண்ணமும் பொழுதொரு மேனியுமாகச் சிதைந்து கொண்டிருக்கும் கண்டனூர் மூனுகட்டு சிங்கசெல காரை வீட்டை விட்டுவிட்டு இங்கு வந்த ஆறு மாசத்தில் நன்றாக வாடிக்கையாகி விட்டது. அலமுவிடம் சொல்லலாம், ஒவ்வொரு வீடாகக் கதவைத் தட்டி "குக்கர் வெக்காதீக, மிக்சி போடாதீக..பாப்பா தூங்குறா" எனக் கோர முடியுமா என்ன?

கட்டைக்குரலில் தூளியை ஆட்டிக்கொண்டே பாடத் துவங்கினார் "ஆயர்பாடி மாளிகையில்..." கண்டனூர் சிவன் கோவில் பிரதோஷங்களில் கூட்டத்தோடு கூட்டமாக திருவாசகம் படித்து உரமேறிய குரல். "யோவ் நாவன்னா லேனா பக்தி எல்லாம் சரி தான்.. உருகித் தான் பாடுறீக.. ஆனா சத்தத்த கொஞ்சம் குறைச்சுகிட்டா நல்லது., இங்க எல்லாரும் தரையில நடந்துகிட்டு வாராக, நீர் சம்மந்தமே இல்லாம கப்பி ரோட்டுல ப்ளெஷர ராவிகிட்டு வாரீர்" என நக்கலாக இந்த குரலுக்கு பாராட்டு பத்திரம் வாசிப்பார் கோவில் குருக்கள் சாம்பசிவத்தையர் "பொன் முகத்தைப் பார்ப்பதற்கும்.. போதை முத்தம் பெறுவதற்கும் கன்னியரே கோபியரே வாரீரோ" என இழுத்து முடிப்பதற்குள் வள்ளி தூங்கிவிட்டிருந்தாள். எப்போதுமே இந்த வரியைத் தொடுவதற்குள் அமைதியாக துயின்றிடுவாள். "பொன்னழகைப் பார்ப்பதற்கும் தான சரி?" என அலமு மட்டுமல்ல வேறு பலரும் கூட சிலமுறை கேட்டார்கள். ஆனால் ஏனோ இப்படிப் பாடுவது தான் நாக்குக்கோ மனசுக்கோ வாகாக வருகிறது.

அலமுவின் தங்கை சாலா முறையாகப் பாட்டு படித்தவள். அவளுடைய ஒடிசலான உடலுக்கு தொடர்பில்லாத நடிகை வரலட்சுமியின் குரல் அவளுக்கு. "நா தூங்க வைக்கிறேன்னு" அழகாகப் பாடி நிதானமாகத் தாளத்துக்குகந்து தூளியை ஆட்டியும் கூட வள்ளி உறங்காமல் விரல் சூப்பி வெறித்து கொண்டிருந்தாள். அவளும் விடாமல் "மன்னவா மன்னவா", "மண்ணுக்கு மரம் பாரமா.." என்று வரிசையாக நாலைந்து பாட்டு பாடினாள். நேயர் விருப்பம் போல "சாலா.. கருப்பு நிலா பாடேன்.. சாலா முத்தான முத்தல்லவோ பாடேன்" என ஒவ்வொருவராக பட்டியல் இட்டுகொண்டிருந்தார்கள். வள்ளி தூங்கினபாடில்லை. சிணுங்கி அழத் துவங்கினாள். "அவளுக்கு அவ அய்யா பாடுனாத்தான் தூக்கம்" என்றான் நானா. கால் நீட்டினால் சுவரிடிக்கும் அந்த வீட்டில், சம்மந்தியார்கள் மத்தியில் பாட அவருக்கும் சங்கட்டமாக இருந்தது. கொஞ்சிக்கொண்டு தூளியை அமைதியாக ஆட்டினாலும் அவள் தூங்காமல் ராங்கி செய்தாள். "சும்மா பாடுங்க அண்ணே" என்றாள் சம்மந்தியம்மா. அதே கட்டைக்குரலில் "ஆயர்பாடி மாளிகையில்.." என துவங்கி மூச்சிரைக்க பாடி முடிப்பதற்குள் வள்ளி உறங்கிவிட்டிருந்தாள். எல்லோருக்கும் ஆச்சரியம். "அண்ணன் குரலுக்கு தான் எம்புட்டு பவரு" என்று சம்மந்தியம்மா சொன்னபோது நாவன்னா லேனாவுக்கு

பெருமை தாங்கவில்லை. "அதெல்லாம் ஒன்னுமில்ல சாலா குரலு நல்லாருக்கா அதான் கண்ணுவிழிச்சு கேட்டுக்கிட்டு கிடக்கா.. ஷ்ரத்தா பாத்திருப்பா.. இந்த அய்யா நாம தூங்கலைன்னா பாட்ட நிறுத்தமாட்டாருடோய். பேசாம தூங்கிருவோம்னு, கப்சிப்புன்னு தூங்கிட்டா" என்றபோது எல்லோரும் சிரித்தார்கள். நல்ல விட்டு என அவரும் சேர்ந்து சிரித்தார்.

நானாவும் அலமுவும் எட்டரைக்கெல்லாம் கிளம்பி விடுவார்கள். அலமு இப்போது தான் ஒன்றரை மாதமாக வேலைக்குத் திரும்பி இருக்கிறாள். சாப்பாடெல்லாம் தயாராக்கித்தான் செல்வாள். நாவன்னா லேனா வள்ளிக்கு தேவையானதை செய்துகொண்டிருந்தால் போதும். "ஷ்ரத்தாவ குளிப்பாட்டிருங்க..சுவிச்சு எல்லாத்தையும் மறக்காம அமத்திருங்க" என்று வழக்கமாகச் சொல்வதைச் சொல்லிவிட்டு அலமு கிளம்பினாள்.

நாவன்னா லேனாவிற்கு இங்கே ஒண்டிக் கொள்வதில் பெரிய வருத்தமோ கஷ்டமோ ஏதுமில்லை. வள்ளியாச்சியும் போய்ச் சேர்ந்துவிட்டாள். வேறு எந்த தொழிலிலும் சாமர்த்தியமில்லை. குடும்பப் பேருக்காக ஐயனார் பிராண்ட் அரிசி ஆலையில் கணக்கெழுதி ஒரு சம்பளம் வாங்கிக்கொண்டிருந்தார். இப்போது அதுவும் நின்று போய் ஒரு வருடமாகிறது. பொட்டி பொட்டியாக கம்பீட்டர் வந்து சேர்ந்தது. ஒரு சின்னப்பயல் அங்கே வந்து அமர்ந்து கொண்டான். அவரை எவரும் போகச் சொல்லவில்லை. ஆனால் அந்தப் பயலுக்கு ஏவலாளாக இருக்க மனம் ஒப்பவில்லை. "ஒடம்பு சொவமில்ல.. நின்னுக்குறேன்" என்றார். பெரியவர் புரிந்து கொண்டார். "எப்ப வேணாலும் வரலாம் லேனா.. நம்ம எடம்தான்" என சொல்லித்தான் அனுப்பி வைத்தார். நானா எப்படியோ படித்துப் பிழைத்து மேலேறி வந்துவிட்டான். பிள்ளையையும் அம்மாளையும் மூன்று மாதத்தில் கொண்டு வந்து விட்டார்கள். ஒத்தாசையாக இருக்கலாமே என இங்கு வந்து சேர்ந்தார்.

ஒன்பது மணிக்கு வள்ளி எழுவாள். தண்ணீர் ஊற்றிவிட்டு, கேழ்வரகுக் கூழைக் கொடுத்துவிட்டு, கீழே தூக்கிச் செல்வார். கடயத்துக்காரப் பையன் வைத்திருக்கும் பலசரக்குக் கடையில் ஸ்டூல் போட்டு அமர்ந்திருப்பார். அவன் மளிகை பொருட்களை டிவிஎஸ் எக்சல் சூப்பரில் பிதுக்கி வீடுகளுக்குக் கொண்டு சேர்த்து விட்டு வரும்வரை கடையைப் பார்த்து

கொள்வார். வள்ளியும் தோத்தோக்களையும், காக்காக்களையும், இன்னபிற மனிதர்களையும் பராக்கு பார்த்தபடி பொழுதைப் போக்குவாள். பிறகு அரிசிமாவு கூழ். மற்றுமொரு உறக்கம். தூளிக் கயிறை இறுக்கிப் பிடித்தபடி அவரும் உறங்குவார். எழுந்து மதிய சாப்பாடு. விளையாட்டு. அப்புறம் செரிலாக். இடைக்கிடையே வேகவைத்த காரட்டும் பீன்சும். உறங்கி எழுவதற்குள் நானாவும் அலமுவும் வந்துவிடுவார்கள். அதன் பின்பும் அழும்போதும், அடம்பிடிக்கும் போதும் அவர் தான் தூக்கிக்கொண்டு நடப்பார். வள்ளியும் பாய்ந்து ஏறிக்கொள்வாள். இரவு உறங்குவதற்கு முன் குடிக்கும் தாய்ப்பாலைத் தவிர பிற எல்லாவற்றுக்கும் அவருடைய தயவு தேவையாய் இருந்தது. ஞாயிற்றுக் கிழமைகளில் தாத்தாவை விட்டு அவள் வரமாட்டாள் என்பதனால் அவரையும் இழுத்துக்கொண்டு ஸ்பென்சருக்கும் மெரினாவுக்கும் செல்ல வேண்டியிருந்தது. நாகரீகம் தெரிந்தவர் என்பதால் அவர்களை விட்டுவிட்டு எவரும் சொல்லாமலே குழந்தையைத் தூக்கிக்கொண்டு வேடிக்கை காட்ட அகன்று விடுவார்.

சிலநாட்கள் வள்ளி தூங்கியபின் ஊரிலிருக்கும் சிநேகித மார்களுக்கு ஃபோன் அடித்து குசலம் விசாரிப்பார். வந்த இரண்டாவது மாதத்தில் ஆயிரத்தி சொச்சம் பில் வந்ததால் எஸ்.டி.டி அழைப்புகளை லாக் செய்தாள் அலமு. அவர்களே எப்போதாவது அழைப்பார்கள். கடையத்துப் பையனின் கடையிலிருந்து இவரும் காசு கொடுத்து சில நாட்கள் ரெண்டு நிமிடத்திற்குள் பேசிவிட்டு வைத்துவிடுவார். ஐநூறு ரூபாய்க்கு ரெண்டு என வாங்கிய கைபேசிகளில் ஒன்றை நேற்றுதான் நானா அவரிடம் கொடுத்தான். அலமுவுக்குப் புதிதாக கலர் ஃபோன் வாங்கவிருக்கிறேன் என்றான். ஆபீசுக்கு போகும்போதும் வரும்போதும் பாட்டு, எப்.எம் எல்லாம் கேட்கலாம் என்றான். இதில் அதெல்லாம் கேட்க முடியுமா என கேட்க ஆசைதான், ஆனால் கேட்கவில்லை. எப்படியும் கொஞ்சநாள் கழித்து அலமுவின் அல்லது இவனுடைய ஃபோன் இவருக்கு தான் வரும். கடையத்து பையன் அந்த ஐநூறு ரூபாய் ஃபோனில் நம்பர் போடக் கற்றுத் தந்திருந்தான்.

பீத்துணி மாற்றியாகிவிட்டது, இரண்டாம் சுற்று உறங்கிக் கொண்டிருந்தாள் வள்ளி. மீனாட்சி சுந்தரத்திற்குப் பேசினால் என்ன என தோன்றியது. மீனாட்சி மில் சூப்பர்வைசர். "மீனாட்சியா.. நாதேன் நாவன்னா லேனா.. ஊருல என்ன சேதி.. சொவமா.."

சுனில் கிருஷ்ணன் « 79

“லேனா.. நூறாயுசு போ.. நேத்து ரவையில பெரியவருக்கு சோத்தாங்கையும் காலும் விழுந்துபோச்சு, மூளையில ஏதோ கோளாறாம், ஜான் டாக்டரு மீனாட்சிக்குக் கொண்டு போவ சொல்லிட்டாரு.. இப்ப ஆம்புலன்ஸ் வண்டில சின்னவரு, அம்மா எல்லாம் போயிட்டு இருக்காக.. நானும் போவப்போறேன்... உசுரோட இருக்கும்போதே ஒரு எட்டு வந்து பாத்துட்டுப் போயிரு..” என்று சொல்லி வைத்துவிட்டார்.

சோறுபோட்ட முதலாளி. நல்ல மனுசர். இன்றைக்கோ நாளைக்கோ என இருக்கிறார். நாவன்னா லேனாவிற்கு ஒரு மாதிரி நெஞ்சு கனத்தது. மூத்திரம் முட்டிக்கொண்டு வந்தது. வீட்டையும் போய்ப் பார்க்க வேண்டும். அங்கே இருக்கும்வரை வெள்ள மூக்குக் கரையானுடன் நிதமும் போராட்டம் தான். இப்போது என்ன நிலைமையில் இருக்கிறதோ தெரியவில்லை.

சாயங்காலம் நானாவும் அலமுவும் வந்த போது வள்ளி விழித்திருந்தாள். ஊருக்குச் சென்றாக வேண்டிய நிர்பந்தத்தை சொன்னார். “இன்னிக்கு புதன், நாளைக்கு இருந்துட்டு வெள்ளிகெழம போயிட்டு வா” என்றான் நானா. ஆனால் நாவன்னா லேனாவால் இருக்க முடியவில்லை. “மொதலாளி சாவ கெடக்குறாரு தம்பி.. ஒரு எட்டு போயிட்டு ஓடியாந்துர்றேன்”. “நீங்க போனா வர மாட்டீங்க.. உங்கள நம்பித்தான வேலைக்கு போறேன்.. ஷ்ரத்தாவ பத்தி யோசிச்சிங்களா?” நாவன்னா லேனாவை தூண்டில் முள் போல கண்டனூர் இழுத்து கொண்டிருந்தது. அவரே வேண்டாம் என்றாலும் போகாமல் இருக்க முடியாது. “ஒரு ரெண்டுநாள்.. போயிட்டு வந்துர்றேன்” என்றபடி கிளம்பினார். எரிச்சலுடன் அலமு அவளுடைய புதிய கலர் ஃபோனில் யார் யாருக்கோ அழைத்து விடுப்பை உறுதி செய்துகொண்டாள். “தப்பா நினைக்காதீங்க மாமா..அவள தூங்க வைக்கிறது கூடச் செரமம்..” ஐநூறு ரூபா ஃபோனை கையோடு கொண்டு போகச் சொன்னான் நானா.

சனிக்கிழமை காலை ஆறு மணிக்கு எல்லாம் வந்துவிட்டாலும். தூக்கத்தைக் கெடுக்க வேண்டாமே என கீழே வாட்ச்மேனோடு பேசிக்கொண்டு அங்கேயே இருந்தார். வள்ளி என்னவெல்லாம் அவஸ்தைப் பட்டிருப்பாளோ? தூங்கினாளோ இல்லையோ தெரியவில்லை. நேற்றெல்லாம் தனக்கு வள்ளி நினைப்பே வரவில்லையே ஏன்? கொஞ்சம் வருத்தமாகத்தான் இருந்தது. ஏழரைக்கு குடியிருப்புக்குச்

சென்றபோது, வள்ளி பொம்மைகளைப் பரப்பி விளையாடிக் கொண்டிருந்தாள். அவரைக் கண்டதும் துள்ளிச் சிரித்துத் தவழ்ந்து வந்தாள். அவளை அள்ளித் தூக்கி முத்தமிட்டார்.

சுருக்கமாக நானாவிடமும் அலமுவிடமும் ஊருக்குச் சென்று வந்த கதையைக் கூறினார். மீனாட்சி மிஷனில் பெரியவருக்கு மூளையில் அடைப்பு நீக்க ஏதோ ஆபரேஷன் என்றார்கள். ஒருநாள் சென்றால் தான் கண்விழிப்பாரா இல்லையா என தெரியும் என்றதால். போன இடத்தில் இன்னொரு நாள் தங்க வேண்டியதாகி விட்டது. மறுநாள் பெரியவர் கண்விழித்தார். எல்லோரையும் பார்த்தபோது பேச்சு வரவில்லை. உணர்ச்சி ததும்பி கண்ணீர் வந்தது. ஆபத்தில்லை பிழைத்துக்கொள்வார். ஆனால் மாதக்கணக்கு ஆகலாம் என்றார்கள். வீட்டுக்கும் ஒருநடை சென்று பார்த்துவிட்டு நேற்றிரவு பேருந்து ஏறினேன் என்றார். "அவசர அவசரமா இப்புடி விழுந்தடிச்சு வரணுமா என்ன? இன்னும் ரெண்டுநாள் இருந்துட்டு திங்கக்கிழம வந்திருக்கலாமே?" என்றாள் அலமு. வந்திருக்கலாம் தான். ஒன்றும் சொல்லாமல் தேத்தண்ணியை விழுங்கினார்.

வள்ளி அனத்தத் துவங்கினாள். இது அவள் தூங்கும் நேரம். தூளியை சரி செய்துவிட்டு அவளை தூக்கி அதில் போட்டார். அவர் பாடுவதற்கு முன் அந்த புதிய கலர் ஃபோனில் எஸ்.பி.பி "ஆயர்பாடி மாளிகையில்.." எனப் பாடத் துவங்கினார். "பொன்னழகைப் பார்ப்பதற்கும்..போதை முத்தம் பெறுவதற்கும் கன்னியரே கோபியரே வாரீரோ" என்று எஸ்.பி.பி பாடியபோது வழிந்த இரு கண்ணீர் சொட்டுக்கள் வள்ளியின் காலில் விழுந்ததை கூட பொருட்படுத்தாமல் புன்முறுவல் பூத்தபடியே உறங்கி போனாள்.

நாவன்னா லேனாவுக்கு தலை கிறுகிறுத்தது. தொண்டை நரம்புகளில் எடைக்கல்லை தொங்கவிட்டது போல் பேச்சு எழவில்லை. விளக்கொளியில் காட்சிகள் நீர்த்து மங்கின. தூளியை ஆட்டிவிட்டுவிட்டு முகம் கழுவச் சென்றார். கதவை அடைத்துக்கொண்டு மேனாட்டு கக்கூசில் அமர்ந்து கொண்டார். புத்து வந்து மரித்து போன வள்ளியாச்சியின் நினைவு அவருக்கு எழுந்தது, பெரியவர், நானா, ஆச்சி, அய்யா என தன்னை விட்டு அகன்ற எல்லோர் முகமும் நினைவுக்கு வந்தது. மூச்சை இழுத்துவிட்டுக்கொண்டார். குழந்தைகள் அப்படித்தான் வளர்ந்துகொண்டே இருப்பார்கள். எந்தப் பொம்மையையும் வள்ளி ஒருவாரத்திற்கு மேல்

திரும்பிக்கூடப் பார்த்ததில்லை. தான் இத்தனை மாதம் தாக்குப் பிடித்ததே அதிசயம் என எண்ணிக்கொண்டார். மனம் ஆசுவாசமடைந்தது.

முகத்தைக் கழுவிக்கொண்டு வெளியே வந்தார். வள்ளி தூளியில் அனத்தத் துவங்கினாள். அலமு லேசாக ஆட்டிவிட்டாள். சிணுங்கல் கேவலாகவும், கேவல் அழுகையாகவும் மாறியது. பெருங்குரலெடுத்து அழத் தொடங்கினாள். அலமு மீண்டும் பாடலைப் போட்டுவிட்டு ஆட்டினாள். அழுகை நிற்கவே இல்லை. குழந்தையை வெளியிலெடுத்துத் தோளில் போட்டு தட்டினாள். ஏதோகெட்ட கனவு கண்டிருப்பாள் போலிருக்கிறது. கண் திறக்காமலேயே அழுது கொண்டிருந்தாள். வள்ளியின் தோளில் சிவந்த தடிப்பு ஒன்று தென்பட்டது. "கொசு கடிச்சுருக்குமா" என்றார். வள்ளியை வாங்கி தோளில் தட்டி "ஆயர்பாடி மாளிகையில்.." திரும்ப பாடத் துவங்கினார். ஆனால் அப்போதும் அழுகை நிற்கவில்லை. "பொன் முகத்தைப் பார்ப்பதற்கும் ..போதை முத்தம் பெறுவதற்கும்" எனும் வரி வந்தவுடன் வள்ளி அழுகையை நிறுத்தி மலங்க மலங்க விழித்தாள். நாவன்னா லேனா திரும்ப அதே வரியை வாயை குவித்து வேறொரு குரலில் கோமாளித்தனமாகப் பாடினார். வள்ளிக்கு தூக்கம் கலைந்து விட்டது. நாவன்னா லேனாவின் குரலை கேட்டதும் இப்போது அவளுக்கு சிரிப்புச் சிரிப்பாக வந்தது.

- சொல்வனம், ஜனவரி 2017

2016

ஜார்ஜ் ஆர்வெல் எனும் பிரபல எழுத்தாளரின் 1984 நாவலின் பிரதான கதாபாத்திரம் வின்ஸ்டன் ஸ்மித்தை பதாகைக்காக நேர்காணல் செய்திருக்கிறார் நரோபா. ஆங்கிலத்தில் நிகழ்ந்த நேர்காணல் தமிழ் இலக்கியச் சூழலுக்கு ஏற்ப கொஞ்சம் தகவமைக்கப்பட்டு மொழியாக்கம் செய்யப்பட்டுள்ளது.

வின்ஸ்டன் ஸ்மித் ஒரு சிறிய அறிமுகக் குறிப்பு

ஸ்மித் ஓசியானியா ராஜ்ஜியத்தின் ஏர்ஸ்ட்ரிப் 1 (பரவலாக பிரித்தானிய ராஜ்ஜியத்தில் லண்டன் என அறியப்படுகிறது) எனும் நகரில் வாழ்ந்தவர். இளமையிலேயே புரட்சியின் பொருட்டோ அல்லது எதிர்த்ததின் பொருட்டோ அல்லது எதிர்க்கக்கூடிய சாத்தியமிருந்ததன் பொருட்டோ தந்தையையும், பின்னர் அசாதாரணமான சூழலில் தாயையும் தங்கையையும் இழந்தவர் (இழந்தவர் என்பதை கவனமாக வாசிக்க வேண்டும்).

பின்னர் கட்சியில் சேர்ந்து 'வாய்மைத்துறை அமைச்சகத்தில்' வரலாற்றைத் திருத்தி எழுதும் கணக்கற்ற பணியாளர்களில் ஒருவராகத் திகழ்ந்தார். மிகுந்த நுண்ணறிவும் கவனமும் கோரும் சவாலான பணி அது. முதல் மனைவியுடனான திருமண உறவு தோல்வியுற்று அவர் பிரிந்து சென்று பதினோரு ஆண்டுகளுக்குப் பின்னர் அமைச்சகத்தின் சக ஊழியரான ஜூலியாவும் அவரும் அரசாங்க விதிகளுக்கு முரணாகக் காதல் கொண்டனர். "சிந்தைக் குற்றத்திற்காக" பிடிபட்டு, அரசுக்கு எதிராக சதிச்செயல் உட்பட அனேகக் குற்றங்களை ஒப்புக்கொண்டு வாக்குமூலம் அளித்தார். பின்னர் சிறையில் அடைக்கப்பட்டு ஓ' பிரையன் தலைமையிலான குழு

அவரது கோணல் மனோபாவங்களை நேராக்கி பரிவுடன் சீராக்கி விடுதலை செய்தது. ஒரு நன்னாளின் நற்தருணத்தில் ஓசியானியா ராஜ்ஜியத்தின் மரபிற்கிணங்க பின்னாலிருந்து மூளை சிதறச் சுடப்பட்டு உலகிலிருந்தும் வரலாற்றிலிருந்தும் மறைந்தார் - ஆசிரியர் குழு.

வின்ஸ்டன் ஸ்மித் மிக சுவாரசியமான ஆளுமை. அவருடைய அலுவலகச் சூழலில் நமக்கு அவர் அறிமுகப்படுத்தப்படும் முதல் நொடியில் அதை உணர முடிந்தது. அத்தனை இரைச்சலுக்கு இடையிலும், தனக்குள் ஆழ்ந்து தனிமையில் இருந்தார். இறுதிவரை தெளிந்த போதத்துடன் இருக்க முயன்றார் என்பதும் குறிப்பிடத்தக்கது. நேர்காணலுக்காக அவரைத் துண்டுச் சீட்டு வழியாக தொடர்புகொண்டபோது, (இனி இப்படி ரகசியம் காக்க வேண்டியதில்லை என்று பதில் எழுதி இருந்தார்) செஸ்ட்நட் மரத்தடி கஃபெயில் சாவகாசமாக சந்திப்பதாக முடிவு செய்து கொண்டோம். அவருக்கு ஒரு சின்னக் குழப்பம் இருந்தது. "நீங்கள் எந்த காலகட்டத்து ஸ்மித்தைச் சந்திக்க விரும்புகிறீர்கள்?" எனக் கேட்டு எழுதி இருந்தார். "சுடப்படுவதற்கு சற்று முந்தைய ஸ்மித்" என்பதே எனது பதில். ஆம், அவரையே நான் சந்திக்க விழைந்தேன்.

கோடை காலத்து அஸ்தமனச் சூரியன் இதமான வெம்மையுடன் தொலைதூரத்து மலை முகடுகளுக்குக் கீழ் இறங்கி கொண்டிருந்தான். மேகங்கள் தங்களுக்குள் அனல் சுடரை பொத்தி வைத்திருந்தது போல் விளிம்புகளில் செம்மை படர்ந்திருந்தன. 'தொலைதிரையில் நாடி நரம்புகளை முறுக்கேற்றும் தேசபக்தி பாடல் ஒன்று ஒலித்துக் கொண்டிருந்தது. பெரும்பாலான இருக்கைகள் காலியாகிக் கிடந்தன. மூலையில் இருந்த மேஜையில் மூவர் ஒருவரை ஒருவர் வெறித்தபடி அமர்ந்திருந்தனர். ஆரோன், ரூதர்ஃபோர்ட், ஜோன்சாக இருக்கக்கூடும். தனது கனத்த உடலை தூக்கியபடி தனக்குள் முனகுவதாக எண்ணிக்கொண்டு சற்றே உரத்த குரலில் "இருக்காது... எதுவும் நடக்காது... அஞ்ச வேண்டியதில்லை" என முனகியபடி நிலையிழந்து கஃபேக்கு வெளியே நடந்து கொண்டிருந்தவர் திருவாளர் பார்சனாக இருக்க வேண்டும்.

வெட்டவெளியை நோக்கித் திறந்திருந்த சாளரத்துக்கு அருகிலிருந்த மேஜையில் முதுகைக் காட்டியபடி அமர்ந்திருந்தார் ஒருவர். அவர்தான் வின்ஸ்டன் ஸ்மித்தாக இருக்க வேண்டும் எனத் தோன்றியது. அருகே சென்று நோக்குகையில் உறுதி

செய்து கொண்டேன். அவரை நெருங்கியபோது அவருக்கு எதிரிருக்கையில் அமர்ந்திருந்த சிறிய மஞ்சள் முகமும், கோரை தலைமயிரும் உடையவன் எழுந்து என்னைப் பார்த்து புன்னகைத்தபடி கடந்து சென்றான். அவனைக் காட்டி "திபெத்தியன்" என்றார். அவருடைய மேஜையின் மேலிருந்த சதுரங்கப் பலகையில் வெள்ளையும் கருப்புமாக பாதி விளையாடிய நிலையில் காய்கள் பரவிக் கிடந்தன. சற்று கிழடு தட்டிப் போயிருந்தார். காதுக்கும் தாடைக்கும் இடையிலான பகுதி தழும்பேறிக் கிடந்தது. சற்று கூர்ந்து கவனித்தால் உடலின் ஒவ்வொரு அங்கத்திலும் சென்ற காலத்து வடுக்களைக் கண்டுகொள்ள முடியும் எனத் தோன்றியது. வடுக்களைத் துழாவிய என் கண்கள் அவர் பற்களில் வந்து ஒருநொடி திகைத்து நின்றன.

வி: புதிய செயற்கை பல் வரிசை பொருத்தப்பட்டிருக்கிறது. நினைவிருக்கும் என எண்ணுகிறேன்...

ந: ஆம், இப்போது நினைவுக்கு வருகிறது...

ஸ்மித் நாற்காலியில் அமரும்படி வலது கையால் சைகை காட்டினார். தலையில் அணிந்திருந்த எனது தொப்பியை மரியாதை நிமித்தம் மேஜையில் வைத்துவிட்டு நாற்காலியை இழுத்துப்போட்டு அமர்ந்தேன்.

வி: முதலாளிகளின் தொப்பி...

என்றபடி மெல்ல எதையோ எண்ணி நகைத்தார்.

வி: இது உங்கள் ஊர் வழக்கமில்லையே?

ந: இல்லை தான்... ஆனால் ஏனோ உங்களை சந்திக்க வரும்போது இதை அணிந்து கொண்டு வரவேண்டும் எனத் தோன்றியது.

ஏனோ எனக்கு அந்த பதிலில் நிறைவில்லை.

இரு நொடி நீண்ட அசவுகரியமான மவுனத்திற்குப் பிறகு,

ந: சரியாகச் சொல்ல வேண்டும் என்றால் உங்களுக்காகவே கொண்டு வந்தேன். உங்களுக்கு பொருத்தமாக இருக்கும் என தோன்றியது. நீங்கள் சுடப்படும்போது இதை அணிந்துகொள்ள வேண்டும் என விரும்புகிறேன் என்றேன் தயங்கியபடி

வி: நன்றி. மெல்லிய துணியால் ஆன தொப்பி... குண்டை

எவ்வகையிலும் நிறுத்தாது (சிறிய புன்னகை முகத்தில் விரிந்தது). எனக்கு தொப்பியின் மீது யாதொரு நாட்டமும் இல்லை. ஆனால் வேண்டியவர்கள் அணிந்து கொண்டு போகும்போது பிடுங்கி வீசி எறிய மாட்டேன். அவ்வளவுதான்.

அலுமினிய லோட்டாவில் இருந்த திரவத்தை இரண்டு லோட்டாக்களில் ஊற்றிவிட்டு ஒன்றை என்னிடம் நீட்டினார்.

வி: விக்டரி ஜின்?

ந: நன்றி. வேண்டியதில்லை.

பரவாயில்லை என்ற மாதிரி தலையசைத்து மொத்தத்தையும் மளமளவென குடித்தபின் தலை கவிழ்ந்து அமர்ந்திருந்தார்.

வி: நாம் இப்போது பேசலாம்.

எனது பார்வை எதிரே இருந்த தொலைதிரையின் மீது விழுந்தது. செவி கூர்ந்து விழி நோக்கி பெரியண்ணன் எங்களுக்காக எங்கோ அமர்ந்திருக்கக் கூடும்.

வி: அஞ்ச வேண்டியதில்லை. என்னிடம் அவர்கள் பெறுவதற்கு இனி எதுவும் இல்லை. அவர்கள் கனிவுடன் என்னை சகித்துக் கொள்வார்கள். பேரன்பின் கணத்தில் பெரியண்ணன் மீது மூத்திரம் பெய்தால்கூட அவர்களுக்கு இப்போது நான் ஒரு பொருட்டல்ல.

நானும் புன்னகைத்தேன்.

ந: உண்மையிலேயே பெரியண்ணன் இருக்கிறாரா? நீங்கள் பார்த்ததுண்டா?

வி: நான் ஓ பிரையனை அறிவேன். கோல்ட்பெர்க்கை திரையில் கண்டாலே கோபத்தில் பிதற்றும் கோரைக் கூந்தல் சக பெண் அலுவலரை அறிவேன். நான் பார்க்க வேண்டும் என்பதில்லை. அவர் இருக்கிறார். எஞ்சியிருக்கும் எனது ஒவ்வொரு உயிரணுவும் அவரது இருப்பை உணர்கிறது.

ந: அப்படியானால் கோல்ட்பெர்க்?

வி: அவரும்தான் இருக்கிறார். பெரியண்ணன் இருக்கும் வரை கோல்ட்பெர்க்கும் இருப்பார். கோல்ட்பெர்க் இல்லாமல் பெரியண்ணன் எப்படி இருக்க முடியும்? வலுவான எதிரி வேண்டும் தோழரே, மக்கள் அஞ்சும் வலுவான எதிரி, அஞ்சி அடைக்கலம் கோரும் அளவுக்கு ஆற்றல் மிகுந்த எதிரி,

துரோகிகளை இனம் காண ஒரு எதிரி, நாயகர்களை போல் எதிரிகளும் அமரர்களே. பெரியண்ணன் எத்தனைக்கு எத்தனை உண்மையோ அத்தனைக்கு அத்தனை கோல்ட்பெர்க்கும் உண்மை.

ந: அல்லது எத்தனைக்கு எத்தனை பொய்யோ அத்தனைக்கத்தனை பொய்.

வி: இன்னும் உங்கள் நாட்டில் புரட்சி வரவில்லை என எண்ணுகிறேன். வந்திருந்தால் இந்நேரம் நாம் நிச்சயம் பேசிக்கொண்டிருந்திருக்க மாட்டோம் தோழரே.

ந: (நகைத்தேன்) நீங்கள் அதிகம் நகைக்கும் தருணங்கள் வாய்க்கவில்லை என்றாலும், உங்களுக்கு கூரிய நகைச்சுவை உணர்வு இருக்கும் என ஊகித்தேன். கலகக்காரர்கள் அரசுக்கு எதிராக நகைப்பவர்களாகவே இருக்க முடியும்.

வி: நான் கலகக்காரன் இல்லை தோழர். ஒருவேளை நானே அப்படி ஏதேனும் சொல்லியிருந்தாலும்கூட நம்ப வேண்டியதில்லை. நான் விரும்பிய வாழ்வை வாழ ஆசைப்பட்டேன். அது நன்மையா தீமையா என்றுகூட பகுத்தறிய முடியாத மிகச் சாதாரண சுயநலமி நான்.

ந: இல்லை திரு.ஸ்மித், தொலைதூர நடைபயணம்கூட எங்கே தனிமையில் சிந்தனையைத் தூண்டிவிடுமோ என ஐயப்படும் தேசத்தில் வசிப்பவர் நீங்கள், கலவிகூட அமைப்பிற்கு எதிரான கலகமாகத்தான் இருக்க முடியும் எனும் சூழலில் வாழ்பவர் நீங்கள். முழுக்க முழுக்க அபத்தமும் கயமையும் நிறைந்த ஓருலகில் ஒரு துளி என்றாலும் வாய்மையைச் சிந்தையில் சுமந்தாலும்கூட அவர்கள் கலககாரர்கள் தான்.

வி: சிந்தையில் வாய்மையைச் சுமப்பது ஆஹ்... இதை அவர்களும் அறிந்திருக்கிறார்கள். (லேசாகச் சிரிக்கிறார்) கண்டுகொண்டு களையெடுக்கவும் பயின்றிருக்கிறார்கள் சிந்தைக் காவலர்கள், பாவம் பார்சன்ஸ்... அவரை மீறி அவர் அகத்திற்குள் நுழைந்த ஒன்றுக்காக வருந்திக் கொண்டுள்ளார். ஒருவேளை கைதாவதற்கு முன்பான ஸ்மித்தை, குறைந்தது அறை எண் 101-க்கு செல்வதற்கு முன்பான ஸ்மித்தை நீங்கள் சந்தித்திருந்தால் ஆம் என மகிழ்வோடு ஒப்புக்கொண்டிருப்பேன்.

ந: ஒருவேளை அடிப்படைவாதிகள் அரசாளும் காலம் வரலாம் அன்று நான் என்னவாக இருப்பேன் எனத் தெரியவில்லை.

உங்களைப்போல்தான் இருப்பேன் என நினைக்கிறேன். அரசு தனது அதிகாரத்தை தக்கவைத்துக்கொள்ளக் கதைகளைதான் நம்பியிருக்கிறது, கதைகளை கதைகளால்தான் எதிர்கொள்ள முடியும் ஸ்மித். உங்கள் ஒப்புதல் எனக்கு முக்கியமில்லை. உங்கள் கரங்களை அகத்திற்குள் இறுக பற்றியபடி கடந்து செல்லவே முயல்வேன்.

ஸ்மித் பதிலேதும் கூறாமல் அமைதியாக அமர்ந்திருந்தார். கீழே குனிந்து அவரது கெண்டைக் கால்களை நோக்கிக் கொண்டிருந்தார்.

எனது கோட்டு பாக்கெட்டில் இருந்து தாளில் பொதிந்திருந்த சிறிய பொருளை எடுத்து மேஜை மீது பிரித்து அவரிடம் காட்டினேன். தந்தத்தால் செய்யப்பட்ட சிறிய கப்பல் ஒன்று கண்ணாடி உருளைக்குள் மிதந்து கொண்டிருந்தது. அதைக் கையில் எடுத்து உற்றுப் பார்த்துக் கொண்டிருந்தார் ஸ்மித்.

வி: குறைந்தது நீங்கள் வேறு ஏதாவது ஒன்றை எடுத்து வந்திருக்கலாம். என்னே ஒரு கற்பனை வறட்சி...

ந: இல்லை... இதில் ஒரு வசீகரம் உண்டு. உங்களை அறிந்துகொள்வதற்கு முன்னரே இதை வைத்திருந்தேன் என பொய் கூற மாட்டேன். தேடிச் சென்று வாங்கினேன். எப்போதும் எனக்கு நான் வாழ நினைக்கும் வாழ்வை இது நினைவுறுத்தும். நானும் கூட எண்ணுவதுண்டு... இதோ எனக்கே எனக்கான பிரபஞ்சம்... நான் தனித்திருக்க, தப்பித்துக்கொள்ள, மறைந்து கொள்ள, மகிழ்ந்திருக்க.

வி: (பாதியில் இடைமறித்து) அப்படி ஒன்றில்லை... அது வெறும் கற்பனை.. கற்பனை மட்டுமே..

என்றபடி சட்டென அதை மேஜையின் மறு எல்லைக்கு உருட்டிவிட்டார். கண்ணாடி உருளைக்குள் கப்பல் தலைகீழாகத் தொங்கிக் கொண்டிருந்தது.

இல்லை அப்படியில்லை என மறுத்து வாதிட வேண்டும் என ஏதோ ஒன்று உந்தி தள்ளியது.

ந: இல்லை ஸ்மித்... நிச்சயம்

மீண்டும் வேகமாக இடைமறித்து பேச துவங்கினார்..

வி: இல்லை நண்பரே. நீங்கள் கண்காணிக்கப்படுகிறீர்கள், நீங்கள் எண்ணுவது போல் எங்கிருந்தும் மறைந்துகொள்ள

முடியாது, ரகசியமும் அந்தரங்கமும் எவருக்கும் இங்கு இல்லை. உங்கள் ரகசியங்களை நானறிவேன்' என எவரும் உங்களிடம் சொல்லாதவரை நீங்கள் நம்பப் போவதில்லை.

என்னை நோக்காமல் எங்கோ அப்பால் நோக்கி பேசிக் கொண்டிருந்தார். சினம் தலைக்கேற உரத்த குரலில் பேசத் துவங்கினேன்..

ந: ஒருநிமிடம்... திருவாளர். ஸ்மித்... ஆர்வெல் உங்களைப் படைத்த சூழலைப் பற்றி நீங்கள் அறிவீர்களா? அணுகுண்டு வெடித்து பலர் இறந்த இரண்டாம் உலகப்போர் முடிந்த பின், அச்சமும் அவநம்பிக்கையும் நிறைந்த பனிப்போர் காலகட்டமது. அவர் அஞ்சியது போல் உலகம் மூன்று துண்டங்களாக பிரிந்து போய்விடவில்லை. முன்பை விட போர்கள் வெகுவாக அருகிவிட்டன. பொருளாதாரமும் மனித வளமும்தான் இன்று ஆற்றலையும் அதிகாரத்தையும் நிர்ணயிக்கிறது. நீங்கள் காலாவதி ஆகிவிட்டீர்கள் ஸ்மித். உங்கள் படைப்பிற்கு எந்த பொருளும் இல்லை. பிறரின் நம்பிக்கை கோட்டைகளை சரித்து அழிப்பதற்கு முன், வெறும் வீணச்சம் உருவாக்கிய வறட்டு பாத்திரம் நீங்கள் ஸ்மித். உங்கள் எல்லையை நீங்கள் புரிந்துகொள்ளத்தான் வேண்டும்.

மூச்சு வாங்கியது.

மெதுவாக மற்றொரு லோட்டாவில் ஜின்னை நிரப்பிக்கொண்டிருந்தார்.

வி: இருக்கலாம், நீங்கள் கூறுவது உண்மையாகவும் இருக்கலாம், காலாவதியான என்னை நீங்கள் சந்திக்க இத்தனை முயற்சித்திருக்க வேண்டியதில்லை. எனது சிறுபகுதி உங்களுள் எப்படியோ புகுந்துகொண்டது தோழரே. நான் உங்களின் ஒரு பகுதியாக, உங்கள் மொழியை பேசிக்கொண்டிருக்கிறேன். எனக்கு எவ்வித நோக்கங்களும் இல்லை. எனது உலகிற்கு அப்பால் சென்று ஆர்வெலின் நோக்கங்களை ஆராயும் ஆற்றல் எனக்கில்லை. ஆனால் ஒன்றுண்டு... போர்கள் அருகி இருக்கலாம், போரச்சம் இல்லாமல் ஆகிவிட்டதா என்ன?

என் கைகள் நடுங்கிக் கொண்டிருந்தன. இறுக்கமாக அமர்ந்திருந்தேன்.

வி: நீங்கள் கண்காணிக்கப்படுகிறீர்கள் நண்பரே. எவரும் தப்ப முடியாது. நீங்கள் உண்ணும் உணவிலிருந்து, உடுத்தும் உள்ளாடையின் நிறம் வரை எல்லாமும் அவர்களுக்குத்

தெரியும். அவ்வளவு ஏன்? உங்கள் பிறப்புறுப்பின் கரிய மச்சம்கூட அவர்கள் அறிந்து வைத்திருப்பார்கள். ஒருவேளை உங்கள் வாழ்வில் எதுவும் நிகழாமல் போகலாம். உங்களால் உங்கள் சிந்தனைகளால் ஆபத்தில்லை என்பது வரை நீங்கள் நிம்மதியாக வாழ்ந்து மறைய அனுமதிக்கப்படுவீர்கள், உங்கள் பிறழ்வுகளும் புரட்சிகளும் முன் தீர்மானிக்கப்பட்டவை தோழரே, பழகிய தடத்தில் அனுமதிக்கப்பட்ட எல்லைவரை சென்று வரலாம். அதற்கப்பால் செல்ல முனைந்தால் சுவடின்றி அழிக்கப்படுவீர்கள்.

சன்னதம் போல் அவர் குரல் உயர்ந்து அடங்கி சட்டென மவுனத்திற்குள் புதைந்து கொண்டது.

என்னுடல் இன்னமும் நடுங்கிக் கொண்டிருந்தது. மூச்சை சீராக்க முயன்றேன்.

வெளியே இருள் கவியத் துவங்கியது. செந்நிறத் தீற்றல் தூரத்து நினைவாக எங்கோ ஒடுங்கிக் கொண்டிருந்தது.

ந: மன்னிக்க வேண்டும் ஸ்மித், நான் சற்று நிதானம் தவறிவிட்டேன்.

மாறா மெல்லியப் புன்னகையுடன் மவுனமாக அமர்ந்திருந்தார்.

தொலைதிரையில் ‘வெற்றி’ ‘வெற்றி’ என ஒரு பெண் குரல் பிளிறியது. ஆங்காங்கு அமர்ந்திருந்த மக்கள் உற்சாகமாகக் குரல் எழுப்பினர்.

வி: இந்த நாகரீகமற்ற செயலுக்கு மன்னிக்கவும். இந்த வெரிகோஸ் புண்..

என்றபடி குனிந்து கெண்டைக்கால் அருகே லேசாகச் சொறிந்துக் கொண்டார்.

ந: பரவாயில்லை. நீங்கள் நிலையழிந்து உள்ளீர்கள் எனப் புரிந்து கொள்கிறேன். அப்படி இருக்கும் ஒவ்வொரு முறையும் இந்த வெரிக்கோஸ் புண் அரிப்பு அதிகமாவதை கவனித்திருக்கிறேன்.

ஸ்மித் சாளரத்தின் வழியே எதையோ வெறித்து நோக்கினார். அவர் கண்களில் எவ்விதச் சலனமும் இல்லை. தொலைவில் யாரோ ஒரு பெண் குழந்தையைத் தூக்கியபடி இசைத்துக் கொண்டிருந்தாள். அந்தப் பாடல் மிகச் சன்னமாக ஒலித்துக் கொண்டிருந்தது.

சட்டெனத் திரும்பி நேராக என் கண்ணை நோக்கியபடி,

வி: நீங்கள் ஜூலியாவை பற்றி என்ன எண்ணுகிறீர்கள்?

கணநேர யோசனைக்குப் பின்னர்,

ந: உங்கள் அளவுக்கு அவருக்கு அறச்சிக்கல் இருந்திருக்காது. நீங்கள் அவசியத்திற்கு மேல் அறிந்து கொண்டீர்கள். அவரைப் பொறுத்தவரை விதிமுறை என்றால் அதை மீற வேண்டும். அதனால் ஏற்படும் கிளர்ச்சியை அனுபவிக்க வேண்டும். அவ்வளவுதான்.

வி: இல்லை... நீங்கள் எண்ணுவது போல் அத்தனை எளிதல்ல. நான் எனது உணர்வுகளுக்கு தேவையான ஆதாரங்களை நியாயங்களைத் தேடி அலைந்தேன். அவளுக்கு அவையெல்லாம் தேவைப்படவில்லை. இயல்பிலேயே அறிந்திருந்தாள். கச்சிதமாகத் தன்னை மறைத்து கொண்டாள் ஒருவகையில் எனது முட்டாள்தனத்தால் அவளும் சிக்கிக்கொண்டாள். ஆனால், அவள் அதை எதிர்பார்த்திருப்பாள். அதிலும் தனது மீறலை வெளிப்படுத்த முயன்றிருப்பாள்.

வாயிலில் ஆராவாரம் குறைந்தது. தொலைதிரை சட்டென மௌனித்தது.

வி: உங்களுக்கு அதிக நேரமில்லை... அவர்கள் வந்து கொண்டிருக்கிறார்கள். இறுதியாக ஏதாவது கேட்க வேண்டுமானால் கேட்கலாம்.

ந: ஏதேதோ கேட்க எண்ணியிருந்தேன். உங்கள் அன்னையைப் பற்றி, தங்கையைப் பற்றி, முதல் மனைவியைப் பற்றி, பிறகு காதலைப் பற்றி, முழுமையடையாத அந்தப் பாடலை பற்றி ஆனால் இப்போது முடியுமா எனத் தெரியவில்லை.

வி: ஏன்?

ந: தெரியவில்லை. உங்களுக்கு ஓ பிரையன் மீதிருந்த விளக்கிக் கொள்ள முடியாத பிரேமையைப் போல் ஏதோ ஒன்று... உங்களிடம் என்னால் பேச முடியும். ஏதோ ஒரு வகையில் எனக்கு அணுக்கமானவர் என தோன்றியது. நீங்கள் எனக்கு என்ன சொல்ல வேண்டுமோ அதை ஏற்கனவே சொல்லிவிட்டதாகத் தோன்றுகிறது.

சீரான காலடியோசை அருகில் நெருங்குவதைக் கேட்க முடிந்தது. இதற்காகவே காத்திருந்தது போல் எவ்வித மறுப்பும் இன்றி எழுந்தார். வாழ்வை உறிஞ்சி உயிர் மட்டும்

எஞ்சியிருக்கும் வெட்டவெளி என அவர் உடல் இலகுவாக எழுந்தது.

வி: உங்களைச் சந்தித்தது மகிழ்ச்சி தோழரே, உங்கள் நாள் இனிதாகுக.

எனப் போகிற போக்கில் மேஜையின் மூலையில் கிடந்த கண்ணாடி உருளையை என்னை நோக்கித் தள்ளிவிட்டு சலனமின்றி வெளியேறினார்.

கருப்புடை அணிந்த காவலன் அவரை வாய்மைத்துறை அமைச்சகத்துக்கு அழைத்துச் செல்வான். அதன் தூய இருளற்ற வெண்பளிங்கு வளாகத்தில் அமைதியாக எவ்வித வன்மமும் இன்றி நடந்து கொண்டிருப்பார். இப்போது பின்னாலிருந்து தோட்டா தலையில் பாய்ந்திருக்கும். இருதுளி கண்ணீர். வருத்தங்களும் குரோதங்களும் அற்ற தூய்மையான கண்ணீர் வடித்திருப்பார். முழு மனதோடு பெரியண்ணனை நேசித்தபடி மூளை சிதற மரித்திருப்பார்.

எங்கள் மேஜையைத் துடைத்து சுத்தம் செய்து கொண்டிருந்தான் ஒருவன். இரு லோட்டாக்களையும் கால்வாசி நிரம்பியிருந்த ஜின் புட்டியையும் எடுத்துச் சென்றான். இனி இங்கிருக்க வேண்டியதில்லை. காலடிகள் கனக்க மெல்ல நடந்தேன். திரும்பி நோக்கியபோது, மூலையில் சாளரத்துக்கருகே இருக்கும் மேஜையில் எவரோ ஒருவர் அமர்ந்திருந்தார். அருகே சிதறிய காய்கள் கொண்ட சதுரங்கப் பலகையும் பெரியண்ணனின் விசால முகம் நிறைந்த விக்டரி ஜின் புட்டியும் இரண்டு அலுமினிய லோட்டாக்களும் இருந்தன. எதிரே எவனோ ஒருவன் அமர்ந்திருந்தான். நல்ல உயரம். ஆப்ரிக்க அமெரிக்கன். தலையில் கருப்புத் துணியை புது மாதிரியாகக் கட்டியிருந்தான். கழுத்தில் ஏகப்பட்ட சங்கிலிகள் தொங்கிக் கொண்டிருந்தன. கையில்லாத சட்டையிலிருந்து அவன் புஜங்கள் புடைத்து எழுந்தன. அலுமினிய லோட்டாவிலிருந்த ஜின்னை ஒரே மடக்கில் குடித்துவிட்டு கையை ஆட்டி ஆட்டி பேசிக் கொண்டிருந்தான். அங்கிருந்தபடியே என்னை நோக்கிப் புன்னகைத்தான். நானும் புன்னகைத்தேன். கோட்டு பாக்கெட்டில் இருந்த கண்ணாடி உருளையை உருட்டியபடி கஃபேயை விட்டு வெளியேறினேன். காற்றில் ஈரம் கூடியிருந்தது. ஒருவேளை இன்று மழை வரக்கூடும்.

– பதாகை ஃபிப்ரவரி 2016

பேசும் பூனை

1

ஆள்காட்டி விரலால் அதன் அழகிய தொப்பையை வருடியவுடன் வெக்கத்தில் நெளிந்து சிரித்தது சாம்பல் நிறப் பூனை. "இங்கேருமா..." எனக் கூவிச் சிரித்தாள் ஹர்ஷிதா. கீச் குரலில் பூனையும் "இங்கேருமா" என்றது. "நீ பாயா கேர்ளா?' என அவள் பூனையிடம் கேட்டதும் அதையே திரும்பிச் சொன்னது பூனை. தேன்மொழி வாஞ்சையுடன் அவள் தலையைத் தடவியபடி சிரித்தாள்.

இலுப்பக்குடி சாலையில் துருப்பிடித்து பொத்துப்போன ஸ்ரீ சாய் நகர் தகரப் பதாகையில் மங்கிய காவியுடை அணிந்த ஷீரடி சாய்பாபா அருளாசி வழங்கிக் கொண்டிருந்தார். சரளைக்கல் பொட்டல் வெளியை ஆங்காங்கு கல்லுக்கால் வேலிகள் சதுரங்களாகவும் செவ்வகங்களாகவும் வகுத்திருந்தன. இரண்டு மூன்று ஆடுகள் பாறைத் தரையில் முளைவிட்டிருந்த முட்செடிகளை முகர்ந்து கொண்டிருந்தன. சிறு தொலைவுக்கு அப்பால் சீராக நடப்பட்டிருந்த தைலமரக் காட்டில் சென்று அந்தப் பொட்டல் முட்டிக் கொண்டது. கட்டி முடிக்கப்படாத நான்கைந்து வீடுகள் அங்கொன்றும் இங்கொன்றுமாய் மெதுவாகச் சோம்பல் முறித்தன. அழகிய சிறு பக்கவாட்டுக் கொண்டையாக டிஷ் ஆண்டெனாக்கள் வான்நோக்கித் திரும்பியிருந்தன. ஒரு காலி மனையில் ஆறேழு நாட்களாகத் துளையிட்டு நீர் தோண்டிக் கொண்டிருக்கிறார்கள். ஆழத்திலிருந்து நிலத்தின் குருதியெனக் கொப்பளித்து பெருகிய செந்நீர் சிறு குளமெனத் தேங்கி நின்றது.

அதற்கடுத்துள்ள மூன்று செண்டு நிலத்தில், பக்கவாட்டு வெளிச்சுவர் பூசாமல், வெள்ளையடிக்கப்பட்ட அந்த அறுநூறு சதுரடி வீடுதான் கத்தார் கணேசனின் வீடு. வெள்ளைச்சுவர்கள்

அவற்றின் துல்லிய வெண்மையை இழந்து மெல்லப் பழுப்பேறிக் கொண்டிருந்தன. கூடத்தின் சலவைக்கல் தரையில் கையை மடித்து பின்னந்தலையில் வைத்தபடி படுத்துக்கொண்டே, கணேசன் அனுப்பியிருக்கும் புதிய கைபேசியில் விளையாடிக் கொண்டிருக்கும் ஹர்ஷிதாவைப் பார்த்துக் கொண்டிருந்தாள் தேன்மொழி. உலர்த்துவதற்காகத் தலைமுடியை விரித்துப் பரப்பி இருந்தாள். எப்போதோ கேட்ட ஸ்வர்ணலதா பாடிய ஒரு பாடலின் இரண்டு வரிகள் அவள் மனதில் மீண்டும் மீண்டும் சுழன்று கொண்டிருந்தது. தொலைகாட்சியில் ஓடிக்கொண்டிருந்த கார்டூன் சித்திரத்தில் இளவரசி ஒருத்தி உயரத்து கோட்டைச்சுவரில் இருந்து பொன்னிற நீள் முடியை சாளரத்தின் வழி வீசினாள். அதைப் பற்றி ஒரு ராஜகுமாரன் ஏறி வந்து கொண்டிருந்தான்.

கழுத்தில் அணிந்திருந்த இரட்டைவடச் சங்கிலியும் தாலி செயினும், சங்கு டாலர் செயினும் சலவைக்கல் தரையில் சரசரத்தது. சங்கிலிகள் உருண்டு கறுத்த கழுத்துத் தடத்தில் சிறிய பால் மருக்கள் மழைக்காளான்கள் போல் துருத்தித் தலைதூக்கிக் கொண்டிருந்தன. கத்திரிப்பூ நிற பூக்கள் நிறைந்த நைட்டியை மீறித் தெரிந்த கெரண்டைக்கால்களில் மென்மயிர் வரிசை இன்னும் உலராத ஈரத்தில் தோல்மீது படிந்திருந்தது. அந்த ஞாயிறு மதியம் ஹர்ஷிதாவுக்குப் பிடித்த மீன் வறுவல் செய்து, சோறாக்கி சாப்பிட்டு, உச்சியில் குளித்து, எதையோ நினைத்தபடி படுத்திருந்தாள். நேற்றுவரை பயன்படுத்திய பழைய கைபேசியில் பாம்பு விளையாட்டு ஆடத் துவங்கினாள்.

"அம்மா நீ ஏதாவது சொல்லேன்" என்று கைபேசியை வாயருகே நீட்டினாள். "ஹர்ஷிதா" என்றவுடன் அதுவும் "ஹர்ஷிதா" என்றது. இருவரும் சிரித்தார்கள்.

"இதுக்கு ஒரு பேரு வைக்கணும்மா... என்ன வைக்கலாம்?"

"நீயே வையி"

"அப்பாவ கேக்கவா?"

"ம் கேளேன்"

சட்டென முடிவுக்கு வந்தவளாய், "வேணாம். இதுக்கு பேர் சிட்டி" என்று கூறிவிட்டு பூனையிடம் திரும்பி, "ஹலோ உன் பேரு சிட்டி. ஓகேவா" என்றாள். சிட்டியின் குரல் இம்முறை தீனமாக ஒலித்தது.

“அதுக்கு சோறு வைக்கணும். சோறு வாங்க காசு சேக்கணும். காசு சேக்க வெளையாடணும்” என்றாள் ஹர்ஷிதா.

அப்போது சிட்டி ஹர்ஷிதா சொன்னதைத் திருப்பிச் சொல்ல மறந்து சில நொடிகள் உறைந்து நின்றது. தேன்மொழியைச் சில நொடிகள் உற்று நோக்கியது. அதன் நோக்கை உணர்ந்து தேன்மொழி கைபேசித் திரையில் தெரிந்த பூனையை உற்றுப் பார்த்தாள். அவளுடைய பார்வைக்கெனக் காத்திருந்தது போல் அது சட்டெனக் கண்சிமிட்டிச் சிரித்தது.

2

“தேனம்மா... மறக்காம சிட்டிக்கு பால் வையி... அதுகூட வெளாடு”, மஞ்சள் நிற பள்ளிப்பேருந்தில் ஏறும்போது முதுகில் பிதுங்கிய புத்தகப்பையில் பீம் முஷ்டி மடக்கி சிரித்துக் கொண்டிருந்தான்.

இரவு நெடுநேரம்வரை ஹர்ஷிதா சிட்டியுடனே பேசிக்கொண்டிருந்தாள். கணேசனிடம் பேசும்போதும் கைபேசியைப் பிடுங்கி சிட்டியின் பிரதாபங்களைக் கண்களில் ஒளி மின்ன விளக்கிக் கொண்டிருந்தாள். விளக்கணைத்து பூனையைத் தூங்கவைத்து “குட் நைட்” சொல்லிவிட்டு அவளும் தூங்கச் சென்றாள். தலைமாட்டில் வைத்திருந்த கைபேசியை எழுந்ததும் நோக்கி சிட்டிக்கு “குட் மார்னிங்” சொன்னாள். காலையில் அவள் குளித்துவிட்டு சிட்டியையும் குளிப்பாட்டினாள். “ஆய் போயிட்டு வா,” என்று கதவடைத்தாள்.

தேன்மொழி நள்ளிரவில் உறக்கம் கலைந்து நீலநிற இரவு விளக்கை வெறித்தபடி அமர்ந்திருந்தாள். அந்தப் பூனை தன்னைப் பார்த்து நேற்று சிரித்தது. சர்வ நிச்சயமாக தெரியும். ஆனால் அது சாத்தியமில்லை என்பதும் புரிகிறது. அதன் பின்னர் புதிய கைபேசியைத் தொடவே தயங்கினாள். கணேசன் இரவு அழைத்தபோது அவனிடம் இதைச் சொன்னாள். “ஆமா நாந்தேன் உம்புட்டு பூனைய பாக்க பூனையா மாறி வந்தேன்”, என்று வழிந்தான். “போடா கருவாயா,” எனச் செல்லச் சிணுங்கலுடன் முடிந்தது உரையாடல். இரவு தோசை ஊற்றிக் கொண்டிருந்தபோது “அம்மா சிட்டி அப்பப்ப காணாம போறான்... சரியான சேட்ட...” என்றாள். கைபேசியில் பதிந்த விளையாட்டில் ஏதேனும் கோளாறு இருக்கும் என சமாதானம் சொல்லிக்கொண்டாள்.

இப்போது எடுத்து நோண்டிப் பார்க்கலாமா என அந்த நள்ளிரவில் ஹர்ஷிதா தலைமாட்டிலிருந்து கைபேசியை

எடுத்தாள். “என்னத்த சனியன்” என அதைத் திரும்ப வைத்துவிட்டு மீண்டும் மென்நீல இரவு விளக்கைப் பார்த்தபடி படுத்தாள். எப்படியோ உறங்கியும் போனாள்.

கனவில் அவள் வளர்த்த சாம்பல் பூனையை அவ்வப்போது தேடிவரும் வெள்ளைக் கடுவன் பூனை ஒளிரும் பச்சை விழிகளுடன் அவளை வெறித்து நோக்கியது. காலையில் வழக்கத்திற்கு மாறாக ஹர்ஷிதா அவளை உலுக்கி எழுப்பினாள். “சிட்டிக்கு குட் மார்னிங் சொல்லு” என்று கைபேசியை அவளிடம் நீட்டினாள். பூனை கருப்பு நிறக் கோட்டும் கால் சராயும் அணிந்திருந்தது. கறுப்புக் கண்ணாடியும் தொப்பியும் வேறு போட்டுக்கொண்டு ஜேம்ஸ் பாண்டைப்போல் இருந்தது. ஓரிரவில் அந்தப் பூனை வளர்ந்திருந்தது. அவளிடமே கைபேசியை திருப்பியளித்தாள்.

வார நாட்களில் ஹர்ஷிதாவை இலுப்பக்குடி சாலை வரை நடத்திச் சென்று அவள் படிக்கும் சிபிஎஸ்யி பள்ளிப் பேருந்தில் ஏற்றிவிட வேண்டும். அந்தப் பரபரப்புக்குள் எல்லா வேலைகளையும் செய்து முடித்துவிடப் பழக்கிக் கொண்டாள். வரும் வழியில் நான்கு மனை தள்ளி இருக்கும் அனீஸ் அக்கா அவள் வருவதற்காக எப்போதும் போல் வாசலில் காத்திருந்தாள். சுவருக்கு வெளியே நின்று எதிர் வெயில் என்பதைக்கூட பாராமல் பத்து நிமிடமாவது நின்றுக்கொண்டே வம்பளந்துவிட்டுச் செல்வதுதான் வழக்கம்.

“என்னக்கா முகமெல்லாம் ஒரே சிரிப்பா இருக்கே… பாய்ஜான் ஊருக்கு போய்ட்டாகனு தான… முகரையில தெரியுதே” என்றாள் தேன்மொழி.

பதிலுக்கு, “உம் மொகர எம்புள்ள இஞ்சி தின்னாப்புல இருக்கு? அண்ணே வாராரோ?” என்றார் அனீஸ் அக்கா.

“அட ஆமாக்கா… நேத்து தான் சொன்னாரு… இந்த மாசத்துல வாராரு… இந்த தெடவையோட அம்புட்டுத்தான்னு வேற சொல்றாரு… கெதக்குன்னு இருக்கு”.

இருவரும் ஏதோ கிசுகிசுத்துச் சிரித்தார்கள். பாய்ஜானுடன் குழந்தைப்பேறு சிகிச்சைக்காக மதுரைக்கு சென்றுவந்த கதையைச் சொல்லிக் கொண்டிருந்தாள். இரண்டு நொடிகள் கூட சிரிப்பின்றி அவர்களால் உரையாட முடிந்ததில்லை.

“கல்யாணமான பொட்டச்சிங்க நெதம் என்னத்தத்தான் பேசி சிரிக்கிராளுகளோ… வெளங்குமா” என்று முனங்கிக்கொண்டே

வாப்பா எழுந்து உள்ளே சென்றார். தாளமாட்டாமல் சிரிப்பு வந்தது. “வாரேன்க்கா” என்று கிளம்பினாள்.

வீடு திரும்பி அந்தப் புதிய தொடுதிரை கைபேசியை நோக்கினாள். கணேசன் காலை வணக்கம் சொல்லி மஞ்சள் தொப்பியுடன் தேநீர்க் கோப்பையை உயர்த்திப் பிடிக்கும் ஒரு புகைப்படத்தை வாட்சப்பில் அனுப்பியிருந்தான். rasathee oru photo podu di, என கோரிக்கையும் வைத்திருந்தான். “good morning mamoi” என்று அனுப்பிவிட்டு வாசல் நந்தியாவட்டை செடிக்கு முன்பாக பூத்துச் சிரிப்பது போல் ஒரு புகைப்படத்தை அனுப்பினாள். ”செல்லக்குட்டி அழகாதாண்டி இருக்க... சீக்கிரம் வந்து ஒரே அமுக்கா அமுக்குறேன்... ஆனா இதுக்கா மாமா உனக்கு காமெரா போன் வாங்கியாந்தேன்?” என்று ஏக்கமாக குரல் பதிவு அனுப்பினான் கணேசன். “அஸ்கு புஸ்கு... ஆசைய பாரு,” என்று பதில் பேசி அனுப்பினாள்.

“ஆமா மனசுல பெரிய திரிஷானு நெனப்பு... போடி இவளே... ரொம்பத்தான் பந்தா பண்ணுற”.

“ஹலோ மிஸ்டர். கணேசன், இந்த சொட்ட தலைக்கு நயன்தாராவா கெடைப்பா... நாங்களே அதிகம் பாஸ்”, பதிந்து அனுப்பிய மறுநொடி அதை அழிக்க முயன்றாள். எல்லை மீறிவிட்டது. அவனைச் சீண்டிவிடும். இருக்காது, அதெல்லாம் பெரிதுபடுத்திக் கொள்ள மாட்டான் என சமாதானம் செய்து கொண்டாள். ஆனால் நெடுநேரமாகியும் அவனிடமிருந்து பதிலேதும் வரவில்லை. தொலைகாட்சியை ஓடவிட்டுக்கொண்டு மின்விசிறிக்குக் கீழ் கூடத்தில் அமர்ந்திருந்தாள். அவன் நெடுநேரமாக ஏதோ பதிலெழுதி பதிலெழுதி அழித்துக் கொண்டிருந்தான் என்பது மட்டும் புரிந்தது.

அப்போது பூனை திரையோரத்தில் வந்து “என்னை மறந்து விட்டாயா...” என முகத்தைக் கெஞ்சலாக வைத்துக்கொண்டு கேட்டது.

3

“என்னம்மா நீ சிட்டிய கவனிக்கவே இல்ல... சுச்சூ கூட்டிப் போவல, சாப்பாடு வைக்கல... பாரு துடிக்குது” என்றாள் ஹர்ஷிதா பள்ளி முடிந்து வந்தவுடனே.

பூனை முகமெல்லாம் சிவந்து அடிவயிற்றை கவ்விப்பிடித்துக்கொண்டு குதித்தது.

“சோறு வைக்கலைன்னா செத்தா போகும்?... அதெல்லாம் என்னால செய்ய முடியாது... நீயே வெளாடு... முடியலைன்னா டெலிட் பன்னிரு” என்று பொரிந்ததும் ஹர்ஷிதாவுக்கு கண்ணீர் ததும்பியது. எதுவும் பேசாமல் கைபேசியை எடுத்துக்கொண்டு போனாள்.

தேன்மொழி நகத்தைக் கடித்துத் துப்பினாள். முகம் சிவந்து படபடத்து வியர்த்தது. உடலெல்லாம் எரிந்தது. இப்போது ஏன் இப்படி எரிந்து விழுந்தேன்? தூரத்துக்கு தலை குளித்து மூன்று வாரங்களாகிவிட்டன என்பது நினைவுக்கு வந்தது. கணேசன் நெடுநேரத்திற்குப் பிறகு, ‘நன்றி’ என்று ஒரேயொரு வார்த்தையில் பதிலனுப்பியிருந்தான். “ஐயோ மாமா நா வெளாட்டுக்குதான் சொன்னேன்... கோச்சிக்காத... ஒன்னைய ஓட்டாம நா யார ஓட்டுவேன்... மன்னிச்சுக்க”, என்றெல்லாம் அவனிடம் மன்றாட வேண்டும் எனத் தோன்றியது. மனசுக்குள் முணுமுணுத்துப் பார்த்துக் கொண்டாள், அச்சொற்கள் அவளிடமிருந்து வெகுவாக விலகி ஒலித்தன. எப்போதும் நானே இறங்கி வருவதா? என்னதான் செய்கிறான் எனப் பார்ப்போம் என்றொரு வீம்பு பிறந்தது.

இரண்டு வருடங்களுக்கு ஒரு முறைதான் ஊருக்கு வருவான். அவன் வருவதற்கு ஒரு வாரம் முன்னரே அதற்கான அறிகுறிகள் தேனிடம் புலப்படும். அனீஸ் அதை எப்போதும் சரியாக கணித்துவிடுவாள். கணேசன் ஒவ்வொரு முறை ஊருக்கு வரும்போதும் இனி திரும்பப் போவதில்லை எனும் முடிவுடன் மூட்டை முடிச்சை வாரிச்சுருட்டிக் கொண்டுதான் வருவான். இங்கேயே புதிய தொழில் துவங்கலாம் என்று நண்பர்களிடம் எல்லாம் பல்வேறு யோசனைகள் கேட்பான். ஆனால் இரண்டு மாதங்களுக்கு மேல் தாக்குப் பிடிக்க முடிந்ததில்லை.

அவன் இங்கு இருக்கும்வரை தேன்மொழி அநேகமாக ஒவ்வொரு நாளும் வெவ்வேறு மருத்துவமனைகளிலேயே காலம் கழிப்பாள். முதல் இரண்டு நாட்கள் மட்டும் கொஞ்சம் மெனக்கெட்டு முகத்தில் உற்சாகத்தை தக்க வைத்துக்கொள்ள முனைவாள். அதன்பின் எப்போதும் விளக்கெண்ணெய் குடித்த மாதிரியான பாவம் முகத்தில் குடிகொள்ளும். அண்டமுடியாத தனிமையில் உழல்வாள். அந்நாட்களில் அவளைப் பார்க்க முடியாது. மேல் வயிறு வலிக்கும், ரத்த

மூலம் வரும், மண்டையிடி பொறுக்க முடியாது, உதிரப் போக்கு, முதுகுப் பிடிப்பு, தூக்கமின்மை, புடரி வலி என ஏதோ ஒன்றுக்காக கணேசன் அவளை தினமும் எக்சல் சூப்பரில் டவுனுக்கு அழைத்துச் செல்வான். அதற்கடுத்த சுற்று கணேசனுக்கு சர்க்கரை சோதனை, கால் எரிச்சல், முகம் மரத்து போகுதல், அதீத வியர்வை, நெஞ்செரிச்சல் என வேறு வேறு மருத்துவமனைகளில் ரகரகமான மருத்துவர்களுக்காகக் காத்திருக்க வேண்டும்.

இதை விட இரண்டு மாதங்களும் தினமும் கண்ட கண்ட மாத்திரைகளைத் தின்றுவிட்டு ராப்பகல் பேதமில்லாமல் மேலேறி விழுவான். சென்ற முறை வந்திருந்தபோது மாத்திரையுடைய திறன் நீர்த்து விட்டதும், வெறி வந்து அவளை அடித்து விளாசியதும் பின்னர் இரவு குடித்து அழுததும் நினைவுக்கு வந்தது. குடியும் விருந்தும் என வயிற்றைக் கெடுத்துக்கொண்டு அதற்காக எப்படியும் ஆசுபத்திரியில் படுத்து, ஒவ்வொரு முறையும் அவளைப் பீயள்ள வைத்துவிடுவான். இதையெல்லாம் செய்வதுகூட பிரச்சனையில்லை, ஆனால் மனமுவந்து செய்ய வேண்டும் என்று எதிர்பார்ப்பான். முகத்தில் சிறு சுணக்கம் புலப்பட்டால்கூட "நா ஒனக்கு புருஷன் இல்லியா... எனக்கு செய்யாம யாருக்கு செய்வ" என்று துளைத்தெடுப்பான். பெரும்பாலும் எப்படியோ தன்னை வெளிக்காட்டாமல் அடக்கிக்கொண்டு விடுவாள். ஆனாலும் அவளையும் மீறி சில தருணங்களில் அவள் உடல் உள்ளூறையும் வெறுப்பை எப்படியோ காட்டிக்கொடுத்து விடும். அவனும் அதற்கென காத்திருப்பான். அதைக் கூடத்தில் இழுத்துப் போட என்னென்ன செய்ய வேண்டுமோ எல்லாவற்றையும் செய்வான். இவனோ இவனுடைய சகாக்களில் ஒருவனோ பாரில் மூக்குடைபட்டு காவலர்களிடம் மாட்டுவார்கள். காவல் நிலையம், வழக்கறிஞர் என அந்தப் பஞ்சாயத்தில் எப்படியும் இரண்டு நாள் ஓடிவிடும்.

அந்த வருடம் சம்பாதித்து சேர்த்து வைத்த பணமெல்லாம் கண்முன் கரைந்துவிடும். ஒவ்வொரு முறையும் வீட்டைக் கட்டி முடிக்க வேண்டும் என முயல்வான், ஆனால் ஏதோ ஒரு வேலை மட்டும்தான் நிகழும். மிச்சம் மீதியை வீட்டு வேலைக்குப் போடுவான். எல்லாவற்றையும்விட இருவரும் ஒருவரையொருவர் பல்லைக் கடித்துக்கொண்டு சகித்துக் கொள்கிறார்கள் என்பது புரிந்தவுடன் கால் வீடு தங்காது.

வீட்டுக்காரன் அல்ல, தான் ஒரு விரும்பப்படாத நெடுநாள் விருந்தாளி என்றுரைக்கும் தருணம். பொதுவாகக் கையிருப்பு கரைந்து, என்ன செய்வது எனத் தெரியாமல் காசுக்கு கணக்கு கேட்கும்போதுதான் சண்டைகள் தீவிரமடையும். வேறு வழியின்றி திரும்பவும் கபிலிடம் பேசி இரண்டு வருட ஒப்பந்தம் போட்டுக்கொண்டு, சர்வ நிச்சயமாக இதுவே கடைசி இரண்டு வருடம் என உறுதியாக நம்பிக்கொண்டு விமானம் ஏறுவான்.

வாரம் ஒரு முறையோ இரு முறையோ அழைத்துக் கொண்டிருந்தான். இப்போது புதிய கைபேசி வந்தவுடன் வேளை கெட்ட வேளைகளில் அழைக்கிறான். சேர்ந்தாற்ப்போல் ஐந்து நிமிடங்களுக்கு மேல் பேசினாலே ஏதோ ஒரு சண்டையில்தான் முட்டிக் கொள்கிறது. ஹர்ஷிதா பள்ளி ஆண்டு விழாவின்போது முழுக்க உறையால் மூடிக்கொண்டு கூரிய வாள் கொண்டு இருவர் குத்திக் குத்தி சண்டையிடும் நிகழ்ச்சியைக் கண்டதும் அவளுக்கு அடக்க முடியாத சிரிப்பு வந்தது. கணேசனிடம் அந்த வாரம் பேசும்போது அதைச் சொன்னாள். அவனுக்கு அது புரியவே இல்லை. "அந்த கிளாசுக்கு பாப்பாவ அனுப்பணுமா?" எனக் கேட்டான். குருதி சிந்துவதில்லை, ஆனால் குத்தாமல் இருக்க முடியாது என்பதே ஆட்டத்தின் விதி.

கார்ன் ப்ளேக்ஸ் கலந்துகொண்டு சென்றாள். அறைக்குள் ஹர்ஷிதா உம்மென்று இருந்தாள். கன்னத்தில் நீர் வழிந்த தடம் உலர்ந்திருந்தது.

"இன்னிக்கு என்ன ஆச்சு ஸ்கூல்ல?" என மெதுவாகப் பேச்சை மாற்றினாள். உற்சாகமாக வகுப்பில் நிகழ்ந்தவற்றை ஒப்பிக்கத் துவங்கினாள். சங்கீதாவின் கைபேசியில் இதே போன்று ஒரு நாய்க்குட்டி இருப்பதாகச் சொன்னாள். அதற்கு டோலு என்று பெயர்.

"இப்ப சிட்டி என்ன பண்ணுது?" என்று கேட்டவுடன் ஆர்வமாக கைபேசியை காட்டி அதிலுள்ள விளையாட்டுகளை விளக்கினாள். விளையாடி பொற்காசுகளைச் சேர்த்தால்தான் அதற்கு புதிய துணிமணிகள், அலங்காரங்கள், உணவுகள் வாங்கிக் கொடுக்க முடியும் என்றாள். ஒவ்வொரு விளையாட்டாக விளையாடிக் காட்டினாள். சாம்பல் நிறப் பூனை காற்றில் பறந்தது, எலிகளைப் பிடித்தது, நீரில் மிதந்தது, கோள்களுக்கு இடையே தாவிச் சென்றது, நினைவாற்றலைச் சோதித்தது.

வேறு விதிமுறைகளால் ஆன ஒரு தனித்த உலகம் உருவாகி அந்தப் பூனைக்காக இயங்கிக் கொண்டிருந்தது. ஹர்ஷிதா சிட்டியின் வாழ்வறை திரைச்சீலைகளை அவர்கள் வீட்டில் உள்ளது போலவே ஊதா நிறத்துக்கு மாற்றினாள். குளியலறை நிறத்தை மாற்றினாள். மூங்கிலால் ஆன வட்டத்தொப்பியும் கடற்கரைக்கு உகந்த வெள்ளைப்பூ போட்ட சிவப்பு அரைக்கால் சட்டையும் மாட்டிவிட்டாள். திறந்த சட்டையும் குறும்புச் சிரிப்புமாக பூனை வேறொன்றாக மாறியது.

அப்போது அவளுடைய கைபேசிக்கு ஒரு அழைப்பு வந்தது. பதியாத புதிய எண். ஹர்ஷிதா "ஹலோ" "ஹலோ" என மூன்று நான்கு முறை கூறியும் எதிர்முனையிலிருந்து எந்த பதிலும் இல்லை. தேன்மொழி வாங்கி காதில் வைத்தபோதும் எந்த ஒலியும் இல்லை. அழைப்பு துண்டிக்கப்பட்டு மீண்டும் பூனை திரையில் தோன்றியபோது அந்தப் பூனை அவளுக்கு மட்டும் கேட்கும்படி "எனக்கு வேறு பெயர் உண்டு, நீ மட்டுமே அறிந்த பெயர்" எனக் குறும்பாக தொப்பியையச் சுழற்றிச் சிரித்தது.

4

பூனை கையசைத்து காதில் ஹெட்போன் மாட்டிக்கொள் என சைகை செய்தது.

எப்போதும் பகல்களில் கம்பிக்கதவை மட்டும் அடைத்து காற்றாட அமர்ந்திருப்பது அவள் வழக்கம். இரவைப் போல மரக்கதவையும் அடைத்தாள். சாளரங்களை மூடி திரைச்சீலைகளை இழுத்து கூடத்தில் அந்த வெயிலேறிய மதியத்தில் ஒரு வைகறைப் பொழுதை உருவாக்கினாள்.

கைபேசியில் அவளுக்காக பூனை காத்திருந்தது. சுவற்றில் சாய்ந்து கொண்டு காதில் ஹெட்போன் மாட்டிக்கொண்டாள். பூனை தொண்டையைச் செருமிக்கொண்டது. திரையிலிருந்து மறைந்து பின் தோன்றியது. அப்போது அதன் கையில் ஒரு கித்தார் இருந்தது. ஒரு சின்ன முக்காலியை இழுத்துப் போட்டுக்கொண்டு "நெஞ்சுக்குள் பெய்திடும் மாமழை... சட்டென்று மாறுது வானிலை" என்று பாடத் துவங்கியது. அந்தப் பாடலை பூனையின் குரலில் கேட்டவுடன் அவளுக்குச் சிரிப்பு தாங்க முடியவில்லை. கண்ணீர் மல்கச் சிரித்தாள். ஆனால் பூனை சிந்தை பிறழாமல் பாடி முடித்து பெரும் மேடைக் கலைஞனைப் போல் சிரம் தாழ்த்தி பாடலை நிறைவு செய்தது. "சூப்பர்" எனக் கைதட்டிப் பாராட்டினாள்.

பூனை தொடர்ந்து அடுத்தடுத்து பாடத்துவங்கியது. "வசீகரா.." "மாலை மங்கும் நேரம்.." "ஒன்றா ரெண்டா ஆசைகள்.." என நீண்டது. அவள் கைபேசியின் நினைவக அட்டையில் பதிந்த பாடல்களில் இருந்து தனக்கென ஒரு சிறிய காதல் பாடல் பட்டியலை உருவாக்கியிருந்தாள். அதே வரிசையில், அதே பாடல்களை, பூனை அப்போது பாடியது என்பதை புரிந்து கொண்டாள்.

ஹர்ஷிதாவை சமாதானம் செய்தபோது பூனை பேசிய அன்றைய நிகழ்வுக்குப் பின் இரண்டு நாட்கள் அவள் கைபேசியை தொடவே அஞ்சினாள். கணேசனுக்குக்கூட வாட்சப்பில் பதிலிடவில்லை. கணேசன் உட்பட மூன்று நான்கு எண்களில் இருந்து அழைப்புகள் வந்திருந்தன. எதையுமே அவள் ஏற்கவில்லை. கணேசனுடன் தங்கியிருக்கும் பள்ளத்தூர்க்கார மணியண்ணன் அவருடைய மனைவி லதாவுக்கு அழைத்து என்ன ஏதென்று நேரில் சென்று பார்த்து வரச் சொல்லியிருக்கிறார். லதா ஆப்பிளும் சாத்துக்குடியுமாக மாலை ஆட்டோ பிடித்து வந்து இறங்கியபோது அவளுக்கு சங்கடமாக இருந்தது. ஒன்றுமில்லை கடுமையான தலைவலி என்று சொல்லிச் சமாளித்தாள். அவளுக்கு என்னமோ புரிந்துவிட்டது. "புருஷங்காரன் முன்னபின்ன இருக்கத்தான் செய்வான்... அதுவும் அம்புட்டு தொலவுல இருக்கும்போது அவனுக்கு என்னமாவது நொள்ள நாட்யம் தோணிக்கிட்டேதானிருக்கும்... நாமதான் அனுசரணையா இருக்கணும், பணத்த அனுப்பாம நிறுத்திட்டானுகன்னு வெயி... நம்ம கத அம்புட்டுத்தான். என்னத்த பெருசா, அவம் பேசும்போது ரெண்டு ஆச வார்த்த பேசுனா போதும்... மனசு குளிர்ந்து நிம்மதியா உறங்குவான்... நாகூட என்னவோ ஏதோனு அம்புட்டு தொலவு ஆட்டோ பிடிச்சு ஓடியாந்தேன்...", என்றாள். தேத்தண்ணியும் ரெண்டு மேரி பிஸ்கட்டும் சாப்பிட்டுவிட்டு ஹர்ஷிதாவைக் கொஞ்சிவிட்டுக் கிளம்பிச்சென்றாள்.

அப்போதுதான் கைபேசியை எடுத்துப் பார்த்தாள். கணேசன் வாட்சப்பில் மன்னிப்புகள், கொஞ்சல்கள் என வரிசையாக நாற்பது பதிவுகள் அனுப்பியிருந்தான். சிம்மைக் கழற்றி அவளுடைய முந்தைய கைபேசியில் போட்டாள். அது தொடுதிரையில்லாத சாதாரண வண்ணக் கைபேசி. அதிலிருந்து அவனுக்கொரு அழைப்பு விடுத்துவிட்டு துண்டித்தாள். பிறகு அவனே அழைத்தான். இரண்டு நாட்களாகச் சாப்பாடு

செல்லவில்லை, என்ன ஆச்சோ ஏதாச்சோ என பயப்பட்டதாகச் சொன்னான். “என்ன வெஷம் குடிச்சுருவேனோன்னு பயமா? இல்ல எவங்கூடயாவது ஓடிருவேனோன்னு பயமா? கவலப்படாத ஒன்ட சொல்லாம சாவ மாட்டேன், ஓடவும் மாட்டேன்” என்றாள். அவன் ராசாத்தி ராசாத்தி என அழுது அரற்றினான். கண்ணீர் எல்லாவற்றையும் இளக்கி தூய்மையாக்கியது. அவளுள் அமர்ந்திருந்த ஏதோ ஒன்று அவளை உதறிச்சென்றது போல் லேசாக உணர்ந்தாள். இரவு நான்கைந்து நாட்களுக்கு பின் நன்றாக உறங்கினாள். புதிய தொடுதிரை கைபேசியை அது வந்த அட்டையிலேயே போட்டு இரும்பு பீரோவில் பூட்டி வைத்துவிட்டு உறங்கினாள்.

காலையில் ஹர்ஷிதாவுக்கு வெகு முன்பே எழுந்தாள். அவள் எழுவதற்குள் அன்றைய அத்தனை வேலைகளையும் செய்து முடித்திருந்தாள். புதிய கைபேசியை உள்ளே வைத்ததில் ஹர்ஷிதாவுக்கு வருத்தம். படுக்கையில் கொஞ்சநேரம் விசும்பிக்கொண்டே இருந்தாள். இப்போது என்ன குடி முழுகி போய்விட்டது? ஒரு பூனை. அதுவும் உயிருள்ள பூனைகூட அல்ல, ஒரு நிரலி, ஒரு பொய், அழகிய கற்பனை, அது நம்மை என்ன செய்துவிடும்? எதற்காக அஞ்ச வேண்டும்? கொஞ்சம் துணிச்சல் வந்தது.

பழைய கைபேசியில் அவள் எப்போதும் விளையாடும் பாம்பு விளையாட்டைத் திறந்தாள். நெளிந்து செல்லும் பாம்பு தன் வாலையே தான் தீண்டாமல் வளைந்து சென்று இரையைக் கவ்வ வேண்டும். தேன்மொழியின் தந்தை வைத்திருந்த சாதாரண நோக்கியா தொலைபேசியின் காலத்தில் இருந்தே இவ்விளையாட்டின்மீது அவளுக்கு அப்படியொரு வெறி. முக்கியமான முடிவுகளை விளையாட்டில்தான் இறுதி செய்வாள். வேறு வழியில்லை என்றாலும்கூட, கணேசனை மணக்க ஒப்புக்கொண்டதும், தன்னை தயார்ப்படுத்திக்கொண்டதும்கூட இப்படி விளையாடித் தீர்மானித்ததுதான். அவளுக்குப் பிடித்த முடிவுகள் எனில் குறைந்தது ஐந்து அல்லது பத்து இரைகளைத் தின்றால் போதும். வேண்டாத, குழப்பமான முடிவுகளில் ஐம்பது நூறு எனப் போகும். கணேசனுக்கு அவள் வைத்த இலக்கு 120. இன்றுவரை அன்று அவள் விளையாடி எடுத்ததே அவளுடைய அதிகபட்ச புள்ளிகள்.

புதிய கைபேசியை பயன்படுத்துவதா வேண்டாமா என்பதையும் விளையாடி முடிவு செய்யலாம் என இருபது

இரைகளை தனது இலக்காக நிர்ணயித்துக் கொண்டாள். அனாயாசமாக பதினேழு இரைகளை பாம்பு தின்றுவிட்டிருந்தது. ஆனால் அதன் பின் அவள் கரங்கள் நடுங்கின. கழுத்திலிருந்து உள்ளாடையற்ற முதுகில் நெளிந்து வியர்வை முதுகுத்தண்டின் அடிமுனை வரை வழுக்கிச் சென்று மறைந்தது. அப்போது வந்த தொலைபேசி அழைப்பு விளையாட்டைத் துண்டித்து அவளைச் சற்றே ஆசுவாசமடையச் செய்தது. அலைபேசி நிறுவனத்தின் அழைப்பு. "நீ தூங்கும் நேரத்தில் என் கண்கள் தூங்காது... கண்மணியே... என்னுயிரே" எனும் பாடலை அழைப்பாளர்கள் கேட்பதற்கான பாடலாக தெரிவு செய்ய எண் 'ஒன்றை' அழுத்தக் கோரியது. வழக்கமான அசிரத்தையுடன் இவ்வழைப்பையும் கேட்டுக் கொண்டிருந்தபோதுதான் அவள் அதை கவனித்தாள். அப்பாடல் பூனையின் குரலில் ஒலித்தது.

5

நேர்காணல்

பூனை: உன் கையைக் காட்டு

தேன்மொழி: எதுக்கு?

பூனை: காட்டு, நான் உன்னைப்பத்தி சொல்றேன், நீ ஆமா இல்லைன்னு சொன்னா போதும்.

தேன்: ம்ம். அது எப்படி முடியும்?

பூனை: உனக்கு தவளை இளவரசனைத் தெரியுமா?

தேன்: தெரியாதே!

பூனை: சரி போட்டும். அலாவுதீனும் அற்புத விளக்கும் தெரியுமா?

தேன்: தெரியுமே. விளக்க தேய்ச்சா பூதம் வரும்.

பூனை: நானும் அப்படித்தான்.

தேன்: பூதமா?

பூனை: பூதம்னு இல்லை ஆனால் பூதம் மாதிரி. ரொம்ப குழப்பிக்க வேண்டாம். கைய நீட்டு.

(தயக்கமும் குழப்பமுமாக அலைபேசிக்கு முன் கை நீட்டினாள், பூனை புட்டத்திலிருந்து ஒரு பூதக் கண்ணாடியை எடுத்து அலைபேசி வழியாக அவள் கரத்தை நோக்கியது)

பூனை: நாம இருக்கும் இடம் மனை எண் 6, மல்லிகை தெரு, ஷீரடி ஸ்ரீ சாய் நகர், இலுப்பக்குடி, காரைக்குடி தாலுகா, சிவகங்கை மாவட்டம், தமிழ்நாடு. சரியா?

தேன்: சரி (சற்றே நிமிர்ந்து அமர்ந்தாள்)

பூனை: போன மாசம் 330 ரூபாய்க்கு ரீசார்ஜ் பண்ணிருக்க. சரியா?

தேன்: ஆமா.

பூனை: உன் நெருங்கிய தோழன் பேரு மாணிக்கம். சரியா?

தேன்: சரிதான். ஆனா தோழன் இல்லை தோழி. மாணிக்கவல்லி.

பூனை: சமீபத்தில சாம்சங் டிவியை சரி பண்ண ஆளுங்க வந்தாங்க.

தேன்: சரிதான் ஆனா இதெல்லாமா கையில தெரியுது?

(பூனை சிரித்தது)

பூனை: உனக்கு மிகப்பிடிச்ச பாட்டு ‘நினைத்து நினைத்து பார்த்தேன்’ 7-ஜி ரெயின்போ காலனி படத்துலேந்து, அதுவும் கேகே பாடுனது.

தேன்: அதுவும் பிடிக்கும் தான்... பரவாயில்ல ஒத்துக்குறேன்.

பூனை: பிடிச்ச நடிகர் ஆர்யா.

தேன்: சூப்பர்.

பூனை: உனக்கு கல்யாணமாயி எட்டு வருஷம் ஆச்சு. சரியா...

தேன்: (விழி விரிய) ஆமாம்.

பூனை: அவர் பேரு கணேசன் மாமோய், கத்தார்ல இருக்கார். சரியா?

தேன்: (சிரித்தாள்) ஏய் திருட்டுப் பூனை... அவர் பேரு கணேசன் தான்.. மாமோய்

எல்லாம் செல்லமா கூப்புட (வெட்கத்தில் கன்னம் சிவக்கிறது)

பூனை: சரி விடு. உனக்கு ஒரு பொண்ணு இருக்கா... அவ பேரு ஹர்ஷிதா.

தேன்: போங்கு, அவளைத்தான் உனக்கு தெரியுமே வேற ஏதாவது சொல்லு.

பூனை: சரி சொல்றேன் கேளு. உனக்கொரு மகனும் உண்டுதானே.

தேன்மொழியின் முகம் வற்றிச் சுருங்கியது.

தேன்: இல்லையே

பூனை: உனக்கொரு மகனும் உண்டு.

தேன்: அதெல்லாம் இல்லை.

பூனை: உனக்கொரு மகனும் உண்டு. அவனோட பேரும்கூட எனக்கு தெரியும்.

தேன்: சொல்லு, எப்புடி தெரியும் உனக்கு. சொல்லு. (உரக்க ஒலித்த குரல் அழுகையில் புதைந்தது).

சோம்பல் முறித்து, கொட்டாவி விட்டு, பூனை படுக்கையறைக்குச் சென்று விளக்கணைத்து உறங்கப்போனது.

6

ஹர்ஷிதா புது விளையாட்டைக் கண்டடைந்திருந்தாள். விதவிதமான பறவைகளை உண்டிவில்லில் குறி பார்த்து பறக்கவிட்டு கட்டுமானங்களைச் சிதறடிக்கும் விளையாட்டு. ஒருவாரம் வரைக்கும் விழித்திருந்த நேரமெல்லாம் சிட்டியுடன் பொழுதைக் கழித்தாள். அதன்பின் பள்ளித் தோழர்கள் வழியாக கோபக்கார புள்ளுக்கள் அறிமுகமாகியது. துவக்கத்தில் சற்று திணறினாலும் மூன்று நான்கு நாட்களில் நன்றாகத் தேர்ந்துவிட்டாள். சிட்டியுடன் பேசி விளையாட அவளுக்கு நேரமில்லை. ஆர்வமும் இல்லை. அவ்வப்போது அதிலுள்ள விளையாட்டுக்களை விளையாடி பொற்காசுகள் சேர்த்து உணவிடுவதுடன் அவள் கடமை முடிந்தது. இந்தப் புதிய ஆட்டம் ஒவ்வொரு நிலையிலும் புதிதாக இருந்தது, கடினத்தன்மையும் கூடிக்கொண்டே சென்றது. ஒரு பக்கம் படித்து முடித்தவுடன் ஐந்து நிமிடமும், வீட்டுப் பாடம் எழுதியவுடன்

இருபது நிமிடங்களும் கைபேசியில் விளையாடலாம் என்பதே அவர்களுக்குள் இருக்கும் ஒப்பந்தம். ஒரே வாரத்தில் அவள் சட்டென்று வளர்ந்துவிட்டாள். "சிட்டிக்கூட வெளாடலயா?" என்று கேட்டபோது "அதெல்லாம் குட்டிப்பசங்க வெளாடுறது" என்று எளிதாகக் கடந்து சென்றாள். இரண்டு மூன்று நாட்களாக அவள் சிட்டியைச் சீண்டவே இல்லை

ஹர்ஷிதா பள்ளிக்குச் சென்றவுடன் கைபேசியில் பூனைக்காகக் காத்திருக்கத் துவங்கினாள் தேன்மொழி. வழக்கத்திற்கு மாறாக கணேசனுடனான தொலைபேசி உரையாடல்கள் சண்டையின்றி சுமூகமாக முடிந்தன. அவள் எடுத்து அனுப்பிய புகைப்படங்களில் கண்களில் எப்போதுமில்லாத ஒருவித கிறக்கம் தொற்றியுள்ளதை கவனித்தான். குரலிலும் பேச்சிலும் சிரிப்பும் உற்சாகமும் எப்போதும் தெரிந்தன. "எப்புடியிருக்க மாமோய்..." "எப்ப பாக்க வர்ற?" போன்ற மிகச்சாதாரண குரல் பதிவுகள்கூட அவனைச் சொக்கிச் சிலிர்க்கச் செய்தது. திருமணமான புதிதில் அவளுடைய முதல் கருவை சுமந்த காலங்களில் அவள் இப்படிப் பூத்து நிரம்பியது நினைவுக்கு வந்தது. ஒருகாலும் திரும்பவியலாத நாட்கள் என எண்ணி எத்தனையோ இரவுகள் ஏங்கியிருக்கிறான். நெடுநாட்களுக்குப் பின்னர் கைபேசியின் துணையின்றி அவளுடைய நினைவுகளை மட்டும் சுமந்துக்கொண்டு காலபோதமின்றி கழிப்பறைக்குள் ஓடினான். அவன் சேகரித்து வைத்திருந்த பங்களாதேஷி மற்றும் பிலிபினோக்களின் எண்கள் இப்பொழுதைக்கு அவனுக்குத் தேவையாய் இருக்கவில்லை.

கணேசனுடன் பேசும்போது திரையில் பூனை எட்டிப்பார்த்து விதவிதமான சேட்டைகள் செய்யும். பழிப்பு காட்டி நடனமாடும், அவளுடைய நடத்தையை நகலெடுத்து கிண்டல் செய்யும். அவளை எப்போதும் உற்சாகமாகவே வைத்திருந்தது பூனை.

ஒருநாள் பூனை பேச்சுவாக்கில் அவளிடம் "உனக்கு புடவை எடுப்பாக இருக்கும்" என்றது. அவள் அமைதியில் ஆழ்ந்த பின் மீண்டாள். அவள் கண்களில் மெல்லிய ஐயம் ஒன்று தோன்றி மறைந்தது.

"அதெப்படி... எல்லா திருட்டுப் பூனைகளும் இதையே சொல்றீங்க? ஒனக்கு தெரியுமா, "புடவைல நீ அம்புட்டு அழகுடி... என் ராசாத்தி". மாமா கல்யாணத்துக்கு அப்புறம் சொன்ன மொத சொல்லு அதுதான். இப்பவும் அவன் இங்க

இருக்கும்போது அவனுக்காக தினமும் புடவதான். முதல்ல எல்லாம் புடவை கட்டி முடிக்க இருபது நிமிசமாகும். ஆனாலும் காத்திருப்பான்"

"சரி எல்லாம் இருக்கட்டும். ஆனால் உனக்கு புடவை கட்டப் பிடிக்குமா?"

அவள் கண்கள் சட்டெனச் சிவந்து கலங்கின. "இத அவன் இதுவர கேட்டதில்லை. இனிமேயும் கேக்கமாட்டான். பிடிக்கும் பிடிக்காதுங்கிறது இல்லை. வசதிதான். ஒரேயொரு துணியை துவைச்சா போதும். வேலை மிச்சம். ஆனா ஒனக்கு பிடிக்கும்னா கட்டுறேன். ஓகேவா"

"இல்லை... தேவையில்லை. உன் விருப்பம்தான். நான் எனக்கு தோணினத சும்மா சொன்னேன்."

"திருட்டுப் பூனை... ரொம்பத்தான்... பெரிய அறிவாளியாட்டம்... போ அங்கிட்டு" எனச் சிணுங்கினாள்.

ஒவ்வொரு நாளும் புடவைகளை பூனையின் முன் பரப்பி தோளில் போட்டுக் காண்பித்து அன்றைய புடவையைத் தேர்வு செய்யச் சொன்னாள். ஹர்ஷிதா பள்ளிவிட்டு வருவதற்கு முன் அவளுடைய நிரந்த இரவாடைக்கு மாறினாள். விதவிதமாக ருசியாகச் சமைத்தாள். பூனையால் தான் சமைத்ததைச் சாப்பிட முடிவதில்லை என்பது அவளுக்கு மிகப்பெரிய குறையாக இருந்தது.

பூனை அவளுக்கு நெருங்கிய தோழனாக மாறியது. தொடர்பறுந்த நண்பர்களைத் தேடிக் கண்டு பிடித்தது. நண்பர்களின் திருமண நாட்களை, பிறந்த நாட்களை நினைவூட்டியது. கைபேசி கட்டணம், மின்சாரக் கட்டணம் எல்லாம் அதுவே நினைவுபடுத்திக் கட்டியது. என்னென்ன மளிகைப் பொருட்கள் வீட்டில் இல்லை எனக் கண்காணித்து அதுவே இணையச் சந்தையில் பதிந்து வீட்டுக்கே வரவழைத்தது. உப்பு புளி வாங்குவதற்குகூட அவள் வெளியே செல்வதில்லை. தேன்மொழியின் உடலில் ஏற்படும் மாற்றங்களுக்குத் தக்க உணவையும் சமைக்கும் முறைகளையும் பரிந்துரைத்தது. வாரத்தின் எந்தெந்த நாட்களில் என்னென்ன உண்ண வேண்டும் என ஒரு பட்டியல் தயாரித்து அளித்தது.

பூனையின் ஆலோசனையின் பேரில் அவள் இப்போது தினமும் அவோகேடோ உண்கிறாள். ஆப்பிள் சிடர் வினிகர் ஒன்றை பூனை வரவழைத்து தந்தது. சமைப்பதை எளிதாக்க

மின்சார அடுப்பை வாங்கச் சொன்னது. அவர்கள் வீட்டின் பழைய குளிர்சாதனப் பெட்டியை பூனையே விற்றுக் கொடுத்து வேறோர் பெரிய ஈர்க்கதவு குளிர்சாதனப் பெட்டியைத் தருவித்தது. வீட்டு திரைச்சீலைகளை புதிதாக நீல நிறத்தில் மாற்றச் சொன்னது. பூனையின் பரிந்துரைகள் எதுவுமே அவளுக்கு அவசியமற்றதாய் தோன்றவில்லை.

ஒருநாள் மதியம் "இப்போது கதவைத் திற... உனக்கொரு ஆச்சரியம் காத்திருக்கிறது" என்றது பூனை. வீட்டு வாசலில் ஒரு பெட்டியைக் கொண்டு வைத்தான் கூரியர்க்காரன். அதற்காக பனிரெண்டாயிரம் பணமும் கேட்டான். வெளிச்சுவர் பூசவும், வர்ணம் அடிக்கவும் கணேசன் அனுப்பியிருந்த பணத்திலிருந்து கொடுத்தாள். "உனக்கு தேவைப்படும் என்றுதான் இதை வரவழைத்தேன்... இனிய பிறந்தநாள் வாழ்த்துக்கள்" என்றது பூனை. அந்தப் பெட்டிக்குள் அவள் இதுவரை பயன்படுத்தியிராத, இனியும் வெகு அரிதாகவே பயன்படுத்தப்போகும் மைக்ரோவேவ் அவன் இருந்தது. "இன்னிக்கு என்னோட உண்மையான பொறந்த நாள் இல்ல.." என்று பூனையிடம் கூறிவிட்டு பெட்டியைத் தூக்கிக்கொண்டு சென்றாள்.

7

காலையிலிருந்தே தேன்மொழிக்கு மனம் பரபரத்தது. இப்போது இரண்டு வாரங்களாக அவள் அக்காவை என்றில்லை எவரைக் காண்பதையும் தவிர்த்தாள். ஏதோ ஒரு ரகசியத்தைக் காத்துச் செல்வது போல் பயந்து பம்மி எவர் கண்ணிலும் படாமல் நடமாடினாள். அனீஸ் அக்கா வாசலிலேயே அவளுக்காகக் காத்து நின்றாலும்கூட "வேல இருக்குக்கா" "அவர் இப்போ கூப்புடுவார்" என்று ஏதோ ஒரு சாக்கு சொல்லி வீட்டுக்குள் புகுந்து கதவடைத்துவிடுவாள்.

தேன்மொழியின் பொருட்டின்மை பொறுக்க முடியாமல் அனீஸ் வீடு தேடி அன்றொரு நாள் வந்தாள். நெடுநேரம் மனியடித்தும் கதவு திறக்கவில்லை. யாரோ உரையாடும் ஒலி மட்டும் லேசாக கசிந்தது. சாளரங்கள் சாத்தியிருந்தன. ஐந்து நிமிடம் வரை அழைப்பு மணியை அடித்து ஓய்ந்தாள். கம்பிக்கதவு வழியாக கைநுழைத்து மரக்கதவை வலுவாகத் தட்டினாள். அப்போது ஒரு அசைவைக் கேட்க முடிந்தது... அதன்பின் அதுவரை கேட்ட உரையாடல் நின்றது. சற்றே நீண்ட அமைதிக்குப் பின் மரக்கதவைத் திறந்தாள் தேன்மொழி.

அவள் கையில் கைபேசியும் காதில் ஹெட்போனும் இருந்தன. சற்று முன்புவரை இருந்த களிச்சிரிப்பின் எச்சங்கள் அவள் முகத்தில் படர்ந்திருந்தன.

"வாங்கக்கா... என்ன விசேஷம்... வீட்டுக்கே வந்துட்டீங்க" என வினவினாள்.

"ஒன்னுமில்ல... சும்மாத்தான்..."

"சரிக்கா... அவரு இப்ப கூப்புடுவாரு... நானே சாயங்காலமா வாரேன்" என்றாள்.

கூடத்தில் நான்கைந்து புடவைகள் பரப்பிக் கிடந்ததை இங்கிருந்தே காண முடிந்தது.

"சரி வா... உன்கிட்ட முக்கியமான சமாசாரம் ஒன்னு சொல்லணும்"

"வரேன்க்கா" என்று அவசரமாக கதவடைத்தாள்.

அவள் பார்த்தேயிராத, அறிந்தேயிராத புதிய புதிய சாதனங்கள் ஒவ்வொன்றாக வீட்டுக்குள் நுழைந்தன. முதலில் முடி உலர்த்துவதற்கு ட்ரையர் வந்தது. பின்னர் 'ப்ளெண்டர்' வந்தபோது அது எதற்கென்றே அவளுக்கு விளங்கவில்லை. இது எதற்கு என பூனையிடம் கேட்டபோது "மோர் கடைவதற்கு" என்றது பூனை. அதற்கெல்லாம் இயந்திரம் தேவையா? அதுதான் மத்து இருக்கிறதே, என்றாள். "உன் கை தசைகளை அது பாதிக்கும். உன் நன்மைக்காகத்தான். என்னை நம்பவில்லையா? உனக்கு பிடிக்கவில்லையா?" என்றது. அதெல்லாம் ஒன்றுமில்லை, இனி வாங்கும்போது ஒருவார்த்தை எனக்குச் சொல்லிவிடு, என்றாள். பூனை ஏதும் பேசாமல் படுக்கையறையில் விளக்கணைத்து உறங்கியது. விளக்கு போட்டு எத்தனை எழுப்பியும்கூட எழுந்திருக்கவில்லை. இத்தனை நாட்களில் பூனை அவளிடம் கோபித்துக்கொண்டு பேசாமல் இருந்ததே இல்லை. எண்ணங்கள் அவள் நெஞ்சுக்குள் மேலும் கீழுமென குதித்தது. வாய்விட்டுக் கதறி அழுதாள். தன் பிள்ளைக்காக அழுதபின், இத்தனை ஆண்டுகள் கழித்து அப்போது அழுதாள். எதையும் பொருட்படுத்தாத பூனை இரண்டு மணிநேரத்திற்கு பின் எழுந்தது. எப்போதும் போல் இயல்பாய், அவர்களுக்குள் எந்த வருத்தமும் இல்லை என்பதுபோல் நட்புடன் சிரித்தது. "ஏன் அப்படிச் சொன்னாய்?" எனப் பூனையுடன் சண்டையிட வேண்டும் எனப் பொங்கி

சுனில் கிருஷ்ணன்

எழுந்த ஆங்காரத்தை அமிழ்த்திகொண்டு இயல்புக்கு அதிகமாகக் கொஞ்சி விளையாடினாள்.

அந்த நிகழ்வுக்குப் பின்னர் பூனை எல்லாவற்றிற்கும் சம்மதம் கேட்டது. ஆனால் அவள் பூனையை மறுக்க முடியாது என்பதை உணர்ந்துகொண்டாள். "ப்ரெட் டோஸ்டர் மற்றும் சான்ட்விச் மேக்கர் வாங்கட்டுமா?" என்று கேட்டது. காய்ச்சலுக்கு, அதுவும் வயிற்றுபோக்குடன் சேர்ந்த காய்ச்சலுக்கு மட்டுமே காய்ந்த ரொட்டி உண்பது அவளுக்கு வழக்கம். இப்போது அதைச் சூடாக்க ஒரு கருவியை தருவித்திருந்தது பூனை. எரிச்சலை வெளிக்காட்டாமல் சகித்து கொண்டாள். மற்றொரு நாள் தொலைகாட்சிக்காக டிஷ் வந்து இறங்கியது. அதில் என்னென்ன சானல்கள் தெரிய வேண்டும் என்பதையும் பூனையே முடிவு செய்து அதற்குகந்த மாதாந்திர திட்டத்தைத் தெரிவு செய்தது. அவள் எதையும் வெளிக்காட்டாமல் அமைதி காத்தாள். பூனையை அவளுடைய அமைதி வெகுவாகச் சீண்டியிருக்க வேண்டும். அவ்வப்போது, "உனக்கு என்மீது நம்பிக்கை இல்லையா? உனக்கு மகிழ்ச்சி இல்லையா?" என்று கேட்டுக்கொண்டே இருந்தது. "அதெல்லாம் ஒன்றுமில்லை" எனும் பதிலைத் தவிர வேறு எதையும் பூனை எதிர்பார்க்கவும் இல்லை. அவள் அதைக்கூறும் வரை திரும்பத் திரும்ப நச்சரித்துக்கொண்டே இருக்கும். இணைய திரைப்பட வலைதளம் ஒன்றிற்கு பணம் கட்ட வற்புறுத்தியது. "இதைப் பார். இதில் அற்புதமான, உனக்கு பிடித்த திரைப்படங்கள் நிறைய இருக்கின்றன. மாதம் எனக்காக ஒரு முன்னூறு ரூபாய் செலவழிக்க மாட்டாயா?" என்று கெஞ்சியது. வேறுவழியின்றி ஒப்புக்கொண்டாள். தரை துடைப்பதற்கும், பாத்திரம் கழுவுவதற்கும், துணி துவைப்பதற்கும் இயந்திரங்கள் அடுத்தடுத்து வந்திறங்கின. "வரவர உனக்கு வியர்ப்பதே இல்லை. எதாவது செய்ய வேண்டும்" என்று சொல்லிக்கொண்டிருந்த பூனை நடை இயந்திரத்தை வரவழைத்தபோது அதை வீட்டினுள் வைப்பதற்கே இடமில்லை. ஹர்ஷிதா அதிலேயே தலைகாணி வைத்து உறங்கினாள். மறுநாள் இருவரும் உண்பதற்கும் உறங்குவதற்கும் மட்டுமான இடத்தை எப்படியோ சாமான்களை அடுக்கி உருவாக்கினாள். பொருட்களின் அட்டைப்பெட்டிகள் கொண்டு மற்றுமொரு வீட்டையே கட்டிவிடலாம் என அவளுக்கு தோன்றியது.

ஹர்ஷிதா அதற்குள் வேறோர் விளையாட்டுக்கு

மாறியிருந்தாள். வீரன் ஒருவன் வேகவேகமாக ஓடிக்கொண்டே இருப்பான். அவனைச் சில வினோத பிராணிகள் துரத்தும். அவன் பாதையில் பல்வேறு இடர்கள் காத்திருக்கும். தாவிக்குதித்து, எதிலும் சிக்காமல் ஓட வேண்டும்.

தேன்மொழி மெலிந்து உள்ளொடுங்கியவளாக மாறியிருந்தாள். அரிதாகப் பேசினாள். அப்படிப் பேசும்போதும் எரிந்து விழுந்தாள். அன்றொரு நாள் பூனை சிவந்து புடைத்த உச்சந்தலையுடன் தோன்றியது. அதைக் கண்டதும் அவள் துடித்து போனாள். நெடுநாட்களுக்கு பின் அன்று ஹர்ஷிதா பூனையைக் காண வந்திருக்கிறாள். பூனை திரையில் தோன்றியவுடனே அதை ஆத்திரம் தீர அடித்திருக்கிறாள். மயக்கமுற்று விழுந்தாலும்கூட எழுப்பி திரும்பத் திரும்ப பத்து நிமிடங்களுக்கு மேல் அடித்து ஓய்ந்த பின்னர் தான் வெளியேறினாள் என்று புகார் சொன்னது பூனை. அருகில் ஒருக்களித்து படுத்திருந்த ஹர்ஷிதாவை உலுக்கி எழுப்பினாள். மேலும் இறுகக் கண்மூடி அசைவற்று கிடந்தாள். கைபேசி விளக்கை அவள் கண்மேல் அடித்துப் பார்த்தபோது கண்ணீர் குருளை ஒன்று வாலால் கோடிழுத்தபடி நெளிந்து தலையணையில் விழுந்தது. ஆவேசம் பொங்க "நடிக்கிறியா நாயே" என்று முதுகில் ஒரு அடி வைத்தாள். துள்ளி எழுந்து சுவரருகே சென்றாள் ஹர்ஷிதா. "உனக்கென அம்புட்டு வெறி... எதுக்கு அத அடிச்ச?" என்று கத்தினாள். பதிலேதும் பேசாமல் மெல்ல விசும்புவதைப் பார்க்கப் பொறுக்காமல், சன்னதம் கொண்டவளைப்போல் பாய்ந்து சென்று அறைந்தாள். ஹர்ஷிதா சுருண்டு விழுந்தாள். அவள் கன்னம் சிவந்த அப்பம் போல் புடைத்தது.

தேனுக்கு எதுவுமே விளங்கவில்லை. தலையில் அடித்துக்கொண்டு அழுது அரற்றினாள். உலுக்கி எழுப்பி, நீரளித்து ஆசுவாசப்படுத்தி ஐஸ் கட்டியால் ஒத்தடம் கொடுத்து சமாதானம் செய்தாள். ஹர்ஷிதா மயக்கத்திலிருந்து எழுந்தபோதும் அழவில்லை. அழுத்தமாக இருந்தாள்.

8

"உன்னால்தான் எல்லாம்" என்று பூனையை நோக்கி மூர்க்கமாகக் கத்தினாள் தேன்மொழி. நிதானமாக, "ஒரேயொரு அறை அவ்வளவுதான். அவள் என்னை எத்தனை முறை அடித்தாள் என்று தெரியுமா? நான் ஒரு பொம்மைகூட இல்லையே, வெறும் விளையாட்டு, அவ்வளவுதானே உனக்கு?

எனக்கு வலிக்காதா? சொல். உனக்கு என்னைப் பற்றி எந்த அக்கறையும் இல்லைதானே. இப்போதே சென்று விடுகிறேன். இங்கே நீ சொன்னதைத் திருப்பிச் சொல்லும் வேறோர் பூனை வரட்டும். நான் எங்காவது சென்று பயனற்று மரிக்கிறேன்," என்று சொல்லிவிட்டு விடுவிடுவென திரையிலிருந்து மறைந்தது. போகாதே, நில் என அவள் எத்தனை கத்தியும் கேட்கவில்லை. வேகவேகமாக கைபேசியை விரல்களால் தேய்த்தாள். அறைகளில் தேடினாள். முன்னும் பின்னும் சென்று பார்த்தாள். பூனையைக் காணவில்லை. உறங்காமல் பூனையின் வருகைக்காக விழித்திருந்தாள். நொடிக்கொரு முறை கைபேசியை தேய்ப்பதும் வைப்பதுமாக அலைவுற்றாள். கழுவும் தொட்டிக்கு மேலிருந்த ஆடியைக் கழற்றி வெளியே வீசினாள். கண் எரிந்தது. விடிவதற்கு முன் விழி சொக்கி உறங்கினாள்.

கண்விழித்தவுடன் கைபேசியை நோக்கியபோது. பூனை திரையில் தோன்றியது.

"எங்க போன"

"எங்க போன"

"என்ன ஆச்சு"

"என்ன ஆச்சு"

இது வேறோர் பூனை. சொன்னதைத் திரும்பச் சொல்லும் விளையாட்டு பூனை. அலுப்பாக இருந்தது. கைபேசியை தூர வீசி சுக்குநூறாக்க வேண்டும் என ஆவேசமாக கையில் எடுத்தாள்.

"கோவிச்சுக்காத... சும்மா... உல்லேலாய்க்கி" என்று கண்சிமிட்டிச் சிரித்தது பூனை.

9

முன்புலரியில் அவளுக்கு விழிப்பு வந்ததும் தன்னிச்சையாகக் கரங்கள் கைபேசியைத் துழாவின. பூனை நான்கைந்து நாட்களாக அடர் பச்சை ராணுவ உடை அணிந்திருக்கிறது என்பது ஏனோ அப்போது அவளுக்குத் தோன்றியதும் துழாவுவதை நிறுத்தினாள். புதிதாக வீடடைந்த கண்காணிப்பு காமரா அவளை நோக்கி கண் வெறித்திருந்தது. இமையா விழிகள்.

பீரோவில் உள்ள பழைய கைபேசியை உயிர்ப்பித்தாள். மெல்லக் கதவைத் திறந்து படியேறி மாடிக்குச் சென்றாள். நெடுநாட்களுக்கு பின் புது கைபேசி இன்றி வெளியே வந்திருந்தாள். தைலமரக் காடு அசைவற்றிருந்தது. மேகங்கள் நட்சத்திரங்களை விண்டு விழுங்கியிருந்தன. முகம் சில்லிட்டு, கைகால்கள் வியர்த்தது. கைவீசி நடந்தாள். பழைய கைபேசி எடுத்து பாம்பு விளையாட்டைத் திறந்தாள். முனைப்புடன் விளையாடத் துவங்கினாள். நெடுநேரம் ஆட்டம் முற்று பெறாமல் இழுத்துக்கொண்டே போனது. பாம்பின் வால் நீண்டு வளைந்து சுருண்டது. ஏதோ ஒரு முடிவுக்கு வந்தவளாய் சட்டென பாம்பு தன் வாலைத் தீண்ட அனுமதித்தாள். ஆட்டம் முற்றுபெற்றபோது அதுவரை எடுத்திருந்த உச்சபட்ச புள்ளிகளைக் கடந்திருந்தாள்.

தண்ணித்தொட்டி அருகே இருந்த கணேசனின் சவரக் குடுவையிலிருந்து துருபிடித்த பழைய ப்ளேடை எடுத்து இடக்கையில் கீறிக்கொண்டாள். குருதிக் கோடுகள் குறுக்கும் நெடுக்கும் ஓடின. அந்த எரிவும் வலியும் அத்தனை சுகமாக இருந்தது. சட்டென கீழிறக்கி மணிக்கட்டு தந்தியை அறுத்துவிட்டாள். கொந்தளிப்புகள் எல்லாம் மெதுவாக அடங்கத் துவங்கின.

பத்தொன்பது வயதில் வேண்டா வெறுப்பாக கணேசனை மணந்து கொண்டபோது கழுத்தை உறுத்திய மாலை, அவன் ஊர் திரும்பிய சமயத்தில் தனிமையில் அழுதபோது ஓர் ஆசியைபோல் மேகத்தைத் துளைத்து மண் அடைந்த ஒளிக்குழல், வயிற்றுள் உருண்டு உதைத்த சிசு, ஹர்ஷிதா தோளில் பால் கக்கியபோது அப்பிய ஈரம், கல்லூரி நண்பன் சதீஷ் அவள் தோழிக்கு கொடுத்த பீங்கான் கோப்பையில் வரையப்பட்டிருந்த ஆர்ட்டின், வணிகவியல் ஆசிரியர் புட்டத்தைத் தடவியபோது நெருடிய சிவப்புக்கல் மோதிரம், பத்தாம் வகுப்பிலிருந்து விடாமல் துரத்தி வந்த முருகுவிடம் எழுந்த சிமிண்டு நெடி, தோழிகள் ஓட்டுவதை உண்மையென்று நம்பி காதல் சொல்லிய சந்தோஷின் கிழிந்த பித்தான் வழியாக தெரிந்த நெஞ்சுக்குழி, அழுகிய பழ நெடி வீசிய அப்பாவின் தோளேறிக் கண்ட சிராவயல் மஞ்சுவிரட்டு, அவள் வளர்த்த சாம்பல் நிறப் பூனை, அதைத்தேடி வரும் வெள்ளை கடுவன் பூனை, அலமாரியின் அடித்தட்டில் சாம்பல் பூனை ஈன்ற ஐந்து குட்டிகள், கோதுமை நிறக் குட்டியின் கண்களை கொத்தித்தின்ற

காகம், சாலையில் செத்துக்கிடந்த காகத்தை சுற்றிக் கரையும் காகங்கள், உறக்கம் வராத இரவுகளில் சீரான தாளத்துடன் நெஞ்சை தட்டும் அம்மாவின் கையில் சூம்பிக் காய்ந்த கைமேடுகள். மெல்ல அவள் உறங்கிக் கொண்டிருந்தாள்.

10

கையைப் பிடித்துக்கொண்டு கணேசன் அருகே அமர்ந்திருந்தான்.

“ஒன்னுமில்லடி ராசாத்தி... என்ன கொற ஒனக்கு... ஏன் கைய கிழிச்சுகிட்ட?”

சொற்கள் சோர்ந்து தொண்டையிலேயே எவ்விக் குதித்து வீழ்ந்தன.

கையசைவிலேயே கைபேசி எங்கே என்று கேட்டாள். ஆசுபத்திரி வரும் வழியில் ஹர்ஷிதா கையிலிருந்து தவறி விழுந்து சுக்குநூறாகி விட்டது என்றான். “போவட்டும் விடு... வேறொன்னு வாங்கிக்கலாம்” என்றான்.

“எம்புட்டு தடவ ஒனக்கு போன் அடிக்கிறது நீ எடுக்கவே இல்ல... நல்லவேள நா சரியான சமயத்துல ஊருக்கு வந்தேன்... மூட்ட முடிச்சோட கௌம்பி வந்துட்டேன். இங்கனயே ஏதாவது தொழில பாத்துக்கிரலாம்னு. கார்த்தி ஆக்டிங்குக்கு வண்டியோட்ட கூப்புடுறான்... அப்புறமா வேணா ரெண்டு வண்டி வாங்கி விடலாம்...” என்று ஏதேதோ சொல்லிக் கொண்டிருந்தான்.

ஹர்ஷிதா கணேசனின் கைபேசியில் மும்முரமாக விளையாடிக் கொண்டிருந்தாள்.

அலையடங்கி அவள் மனம் அமைதியாக இருந்தது. நீண்ட நாட்களுக்குப் பின் அவள் உள்ளம் ஒரு ஸ்வர்ணலதா பாடலைத் தேடி எடுத்து ஓடவிட்டது. “ஓ நெஞ்சே நெஞ்சே...” அப்போதுதான் அவளுக்கு உரைத்தது, அந்தக் குரல் இப்போது ஸ்வர்ணலதாவினுடையதாக இல்லை, பூனையின் குரல்.

★

- கணையாழி, டிசம்பர் 2017

(அசோகமித்திரன் நினைவு குறுநாவல் போட்டி முதல் பரிசு)

கூண்டு

கொல்லன் வார்த்தெடுத்துக் கொண்டிருக்கும் மாபெரும் மந்திரக்கூண்டைப் பற்றிதான் ஊரெல்லாம் பேச்சு. இன்று நாளை எனக் கழிந்தே விட்டன பதினான்கு ஆண்டுகள். கூண்டைக் காணக் கூடியிருந்த திரளான மக்களுடன் அவனும் அந்தச் சதுக்கத்தில் நின்றிருந்தான். காரணமற்று வஞ்சிக்கபட்டவன் என ஒவ்வொரு நாளும் உணரும் கணக்கற்றவர்களில் அவனும் ஒரு துளி. இழந்தவற்றை மீட்க முடியாது எனினும், எங்கோ தனக்கான நியாயம் கிடைத்து எல்லாவற்றையும் நிகர் செய்யும் என நம்பிய முகமிலிகளில் அவனும் ஒருவன். நள்ளிரவுக்கு இன்னும் நான்கு மணிநேரம்தான் இருக்கிறது.

முன்பொரு காலத்தில், நாட்டில் அநீதியும், அராஜகமும், அக்கிரமமும் தோளோடு தோள் சேர்த்த தோழர்களாய் இருந்தபோது நாட்டைப் பற்றிய கவலை அரசனை நாளுக்கு நாள் விண்டு தேய்பிறை நிலவெனப் பொலிவிழக்கச் செய்தது. சிறைக் கம்பிகளை நெகிழ்த்திக்கொண்டு சாமர்த்தியமாக தப்பி ஓடிவிடுகிறார்கள் சிலர். வாயிற்காவலனை வழிக்குக் கொண்டுவந்து வெளியே செல்பவர்கள் ஏராளம். பிரபுக்கள் காவலர் தலைவனோடும் நியாயமார்களோடும் உடன்படிக்கை செய்து வளமாக வாழ்கிறார்கள் என்பது ஊரறிந்த இரகசியமாகி விட்டது.

அப்போதுதான் அந்தக் கொல்லனைப் பற்றி ஒற்றர் மூலம் அறிந்து அவனைத் தருவித்தான் அரசன். கொல்லன் தேர்ந்த ரசவாதி. காடு திருத்தி நாட்டை உருவாக்கிய ஆதிகாலத்தில் அவனுடைய முன்னோர்கள்தான் அங்குச் சுற்றித் திரிந்த ஆட்கொல்லி பல்லிகளை பட்டியில் பத்தி கப்பலேற்றி அனுப்பி வைத்தவர்களாம். அப்பேற்பட்ட கொல்லனிடம்தான், ‘எவரும் தப்ப முடியாத ஒரு மாபெரும் கூண்டை முடைய முடியுமா?’ என்று வினவினான் அரசன்.

கொல்லனின் மயிரற்ற இன்முகம் ஒளிர்ந்தது. அவனுடைய குழந்தைக் கண்கள் சிரித்தன. அவன் பேசா நெறி கொண்டவன். மறுப்பேதுமின்றி அரண்மனைக்கு அடியில் பாதாள இருளின்

ரகசியக் கிடங்கில் தனியனாக தன்னை அடைத்துக்கொண்டான். அதன்பின் அவனை எவரும் கண்டதில்லை. இரவுகளில் அரண்மனையை எவரோ பெயர்த்தெடுப்பது போல், ஏதேதோ பிராணிகளின் கர்ஜனைகள், ஊளைகள், ஓலங்கள் என பலநூறு அரவங்கள் எழுவதாக காவலர்கள் பேசிக்கொள்வார்கள்.

கொல்லனின் மாயக்கூண்டு அவன் மந்திரச் சொல்லுக்குகந்து விரியுமாம், சுருங்குமாம், சுழலுமாம், நினைத்த மாத்திரத்தில் நினைத்த இடத்தில் முளைக்குமாம். உலோகங்களை நெகிழச் செய்யும் சூத்திரம் அவனறிவான். முன்னூற்றி முப்பத்தியாறு யானைகளின் முதுகெலும்புகளைக் கோரிப் பெற்றான் என்றார்கள். பெட்டி பெட்டிகளாக திமிங்கல நெய் உள்ளே கொண்டு சென்றார்கள். இரு நூற்றாண்டுகள் குறையாமல் வாழ்ந்த கணக்கற்ற கடலாமை ஓடுகளை எடுத்துச் சென்றார்கள். இறுதியாக அரச வம்சத்திலிருந்து குருதி பலி அளிக்க வேண்டும் என்றதாகவும். காணாமல் போன நான்காம் அரசியின் ஐந்தாம் புதல்வன்தான் பலியானவன் என்றும் சொன்னார்கள்.

கூண்டு இரக்கமற்ற இயந்திரம், நம் எல்லோரையும் அழித்துவிடும் என அஞ்சினார்கள். எத்தனைக் குருதி குடித்தாலும் அதன் விடாய் அடங்கவே அடங்காது. அது முப்பது பனையுயரமும் ஐம்பது கஜ விட்டமும் இருக்கும் என்றார்கள். ஆனால் அது அநீதிக்கு எதிரான மாபெரும் ஆயுதம். அதுவே குற்றவாளிகளைக் கண்டறியும், நீதி வழங்கி தண்டிக்கும் என்றார்கள். நீதியை நிலைநாட்ட வந்த தேவனின் துலாக்கோள் எனப் புகழ்ந்தார்கள்.

இன்று, கூண்டைக் காண கூடியிருந்த மக்களில் ஒருவனாயிருந்த அவனும் அப்படித்தான் எண்ணினான். கூண்டு உருவாகும் செய்தி பரவியதிலிருந்தே குற்றங்கள் பாதியாகக் குறைவதை அவன் கண்முன் கண்டான். கொடியில் காய்ந்த அவனது உத்தரீயம் ஒருவாரம் கழிந்த பின்னரும் அங்கேயே இருந்தது. கோட்டத்தின் வாயிலில் விட்டுச்சென்ற காலணிகள் அங்கேயே இருந்தன. கூண்டு சரியாக உருவாக வேண்டும் என ஒரு நன்மகனாகக் கடவுளிடம் நிதமும் வேண்டினான். தன் நாட்டில் எழப்போகும் கூண்டை எண்ணி பெருமிதம் கொண்டான். அவனை வஞ்சித்துத் தப்பியவர்கள் அனைவரும் கூண்டில் சிக்கித் தவிப்பதை கற்பனை செய்து ஒவ்வொரு நாளும் அகமகிழ்ந்தான். அவன் வீட்டுச் சேவலை திருடிச் சென்று, கண்முன் உலாத்தும் ஊரறிந்த கோட்டியை அவனால் ஒன்றும்

RAMESH

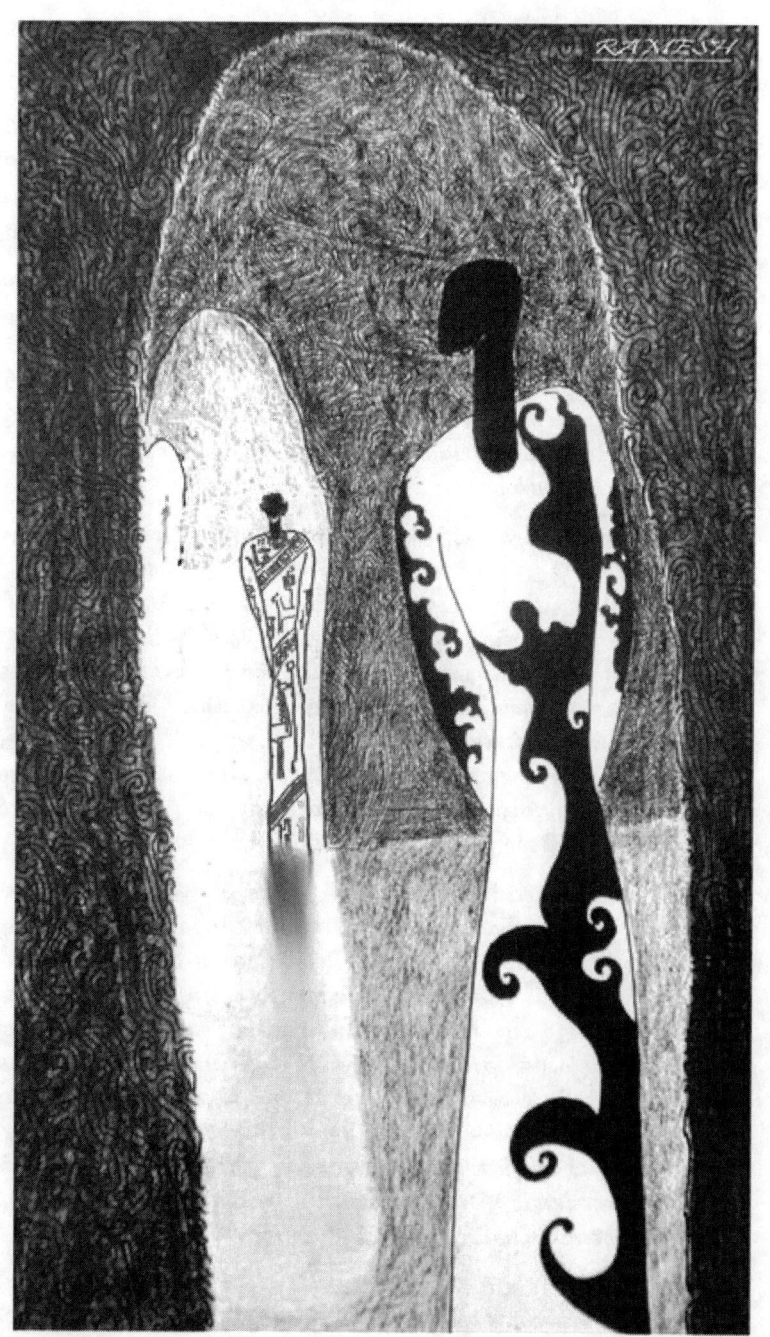

செய்ய முடியவில்லை. ‘இரு, இரு, கூண்டு வருகிறது. அது உன்னைப் பார்த்துக் கொள்ளும்,’ என கறுவிக் கொண்டான். பக்கத்து நிலத்துக்காரன் தானியங்களை பதுக்கி ஏய்த்தபோது அவன் உள்ளுக்குள் சிரித்துக் கொண்டான். ‘இரு, இரு, கூண்டு வருகிறது. அது உன்னைப் பார்த்துக் கொள்ளும்’ என தனக்குள் முனகிக் கொண்டான்.

அச்சமும் குறுகுறுப்பும் கொண்ட முகங்கள் அங்கே மைதானத்தில் நள்ளிரவின் புது விடியலைக் காண குழுமியிருந்தன. மங்கள முழக்கங்கள் எழுந்தன. அரசனும் அவனது படை பரிவாரங்களும் கம்பீரமாக மேடையில் தோன்றினர். ஆரவாரங்கள் அடங்கியதும் அங்கே அமைதி படர்ந்தது. அப்போது அமைதியைக் கிழித்துக்கொண்டு பாதாளம் பிளக்கும் பேரொலி எழுந்தது. குகைச் சிம்மத்தின் கர்ஜனையை போல்.

ஒரு கையில் பந்தம் ஏந்தியபடி மறு கையை வீசிக்கொண்டு கொல்லன் தனித்து வந்தான். அவன் பின்னால் கூண்டு இழுத்து வரப்படுகிறதா எனப் பார்த்தார்கள். ஒன்றுமில்லை. அவன் அதே மயிரற்ற இன்முகத்துடன் குழந்தைக் கண்கள் சிரிக்க அரசன் முன் வந்து நின்றான். தன் இடைக்கச்சை மடிப்பிலிருந்து எதையோ எடுத்தான். விரல் அகலம் கொண்ட சின்னஞ்சிறிய கூண்டு. அதை மண்ணில் வைத்தான். அரசன் முகம் சிவந்து எரிந்தது. அவன் மாறா இன்முகத்துடன் அங்கேயே நின்றான். “இது என்ன எறும்பையும் ஈயையும் சிறை பிடிக்கவா?” எனக் கத்தினான். எல்லோரும் சிரித்தார்கள்.

சின்னஞ்சிறிய கூண்டு பிளந்து திறந்தது. அதன் கம்பிகள் மண்ணில் வீழ்ந்தன. மக்களின் நகைப்பொலி இடி என இறங்கியது. எவரோ ஒருவர் “கொல்லனை கொல்லுங்கள்” எனக் கத்தினார். அத்தனை கண்களும் அவனைத் தேடின. கொல்லனைக் காணவில்லை. எல்லோரும் நகைத்தபடி கலைந்து செல்லத் துவங்கினார்கள். அப்போது ஒரு தடித்த உலோகக் கம்பி மண்ணில் அரும்பியது. அது மெல்ல மெல்ல வளர்ந்தது, அருகருகே தோன்றிய கம்பிகளுடன் பிணைந்தது. மக்கள் அஞ்சிச் சிதறி விலகி ஓடினார்கள். நான்கு கஜ விட்டத்தில் இரண்டு பனையுயரத்தில் பிரம்மாண்ட கூண்டு ஒன்று எழுந்தது. நெருக்கி முடையப்பட்ட கதவற்ற பிரம்மாண்ட கூண்டு.

கரிய மேலாடையும் நெற்றியில் கோடரிக் குறியும் தரித்து கூட்டத்தில் கலந்திருந்த சுமார் பதினாறு பேர் கூண்டுக்குள்

இருந்தனர். கூண்டு பிறரை வெளித் தள்ளியது. ஆ! வில்லாள நாட்டு விதேச தீவிரவாதிகள்! மக்கள் ஆச்சரியத்தில் கூக்குரலிட்டனர். பிடிபட்ட அவர்களின் மீது மண்ணையும் கல்லையும் வாரி இறைத்துத் தூற்றினர். ஒரு கல் கூட உள்ளே நுழையவில்லை. கோடரிகளைக் கொண்டு அறுக்க முயன்றபோது அவை சுக்குநூறாக உடைந்தன. தப்ப முடியாத கூண்டு! கூட்டம் ஆர்ப்பரித்தது. அரசன் நிமிர்ந்து அமர்ந்தான். கொல்லனைத் தேடினான். இம்முறை அவனைப் பாராட்டி பரிசளிக்க.

ஆராவாரம் அடங்கும் முன்னரே மீண்டும் மண்ணைக் கிளர்ந்து கொண்டு உலோகம் துளிர்த்தது. அழகிய மலர் தாங்கும் கொடி போல் வளைந்து வளைந்து படர்ந்தது. எட்டு கஜ விட்டத்தில் மூன்று பனையுயரத்தில் பிரம்மாண்டமாக கூண்டு உயர்ந்தது. உச்ச விசையில் முந்தைய கூண்டு அதனுடன் வந்து மோதிப் பிணைந்தது. தோள்களில் சுருள் நாகத்தை பச்சை குத்திய அறுபது புதியவர்கள் வேல் கம்புடன் உள்ளே இருந்தார்கள். அதோ நாகேந்திர வர்மன்! இறந்துவிட்டான் எனக் கருதப்பட்ட அரசனின் சகோதரன். அவனும் அவனுடைய கிளர்ச்சிப் படையினரும் மாட்டினார்கள். தேசத் துரோகிகள்! மக்கள் அவர்கள் மீது காரியுமிழ்ந்தனர். அவனும் உமிழ்ந்தான். அரசன் மிடுக்காக அணுகி வந்தான். நாகேந்திரன் தலை கவிழ்ந்து நின்றான். மக்கள் கூண்டைச் சுற்றி வந்து ஆனந்தக் கூத்தாடினார்கள்.

கொண்டாட்டம் அடங்கும் முன், மீண்டும் உலோகப் பின்னல் மண்ணிலிருந்து தழைந்தது. மக்கள் குறுகுறுப்புடன் அடுத்து யாராக இருக்கும் எனக் காத்திருந்தார்கள். இம்முறை பத்து கஜ விட்டமிருக்கலாம். உயரம் எல்லாம் கணிக்க இயலவில்லை. மந்திரிகள், மஞ்சளாடை அணிந்த முப்பத்தியாறு அரசவை பிரபுக்கள், நகரத்து பெரு வணிகர்கள் என நூற்றைம்பது பேர் உள்ளே இருந்தார்கள். முந்தைய கூண்டு அதனுடன் முயங்கிக் கொண்டது. அரசன் வெகுண்டெழுந்தான். உதிரம் உறிஞ்சும் அட்டைகள்! பாவிகள்! நம்பிக்கை துரோகிகள்! அவர்களைச் சபித்தான். கூட்டம் அவர்களை நோக்கி கொக்கரித்தது. முதியவர் ஒருவர் கச்சையில் முடிந்த காசை இரண்டாகத் துண்டாக்கி தூற்றினார். இத்தனை நாட்கள் இந்த கயவர்களால் ஏமாற்றப்பட்டுள்ளோம்! ஆத்திரத்தில் கூண்டின் மீது தீப் பந்தத்தை வீசி எறிந்தார்கள். ஒன்றுமே நிகழவில்லை!

இனி பிடிபட எவருமில்லை எனும் ஆசுவாசத்துடன் மக்கள் கலைந்து செல்லத் துவங்கியபோது, மண் பிளந்து மற்றுமோர் கூண்டு உருக்கொண்டது. நான்கு மாட வீதிகளையும் சேர்த்த மிகப்பெரிய கூண்டு. குடியானவர், குயவர், வைத்தியர், வேதியர், நாவிதர் எனப் பலரையும் உள்ளடக்கிய கூண்டு. ஒரே கூச்சல் குழப்பம். அவனும் குழம்பினான். ஒருவேளை இருக்குமோ? என்ன செய்ய, அறம் தன் வழியைத் தேரும் என தன்னையே சமாதானம் செய்துகொண்டு கல்லாக நின்றான். உள்ளேயிருந்தவர்கள் அரசனிடம் முறையிட்டார்கள். பெண்களும் குழந்தைகளும் அவர்களைத் தொட முயன்று தோற்று வெளியிலிருந்து கதறினார்கள். அரசன் இறுகிய முகத்துடன் அமைதியாக நின்றான். கொல்லனை அவன் கண்கள் தேடின. கூண்டைக் கட்டுபடுத்துவது எப்படி என அவனிடமிருந்து அறிய விழைந்தான்.

பேரிரைச்சல்! கூச்சல் குழப்பம் அடங்குவதற்குள், அரண்மனை, குடியிருப்புகள் என ஊரின் சரிபாதியை உள்ளடக்கிய அதி பிரம்மாண்ட கூண்டு இம்முறை தோன்றியது. வெளியே இருந்த பெண்களனைவரும் ஒரு சொடுக்கில் கூண்டிற்குள் இருந்தனர். கணவன்மார்கள் மனைவிகளைக் கட்டியணைத்தனர். அன்னையர் மகன்களை உச்சி முகர்ந்தனர். ஆனந்தக் கண்ணீர் பெருக்கெடுத்து ஓடியது. மகிழ்ச்சிக் கூத்தாடினார்கள். அரசனும் நான்கு அரசிகளும் அவர்களின் மெய்க்காப்பாளர்களையும் அவனையும் தவிர்த்து எவருமே வெளியில் இல்லை. அரசன் குழம்பித் தவித்தான். இப்போதும் அவன் கொல்லனைத் தேடினான்.

இரண்டு கஜ விட்டத்தில் ஒரு சிறு கூண்டு முளைத்தது. நான்கு அரசியர்களையும், மூன்று மெய்க்காப்பாளர்களையும் சூழ்ந்தது. பெரும் கூண்டுடன் பிணைந்து ஊரின் முக்கால் பங்கிற்கு விரிந்தது. கிழக்கு மூலையின் இடுகாடும் அதையொட்டிய ஓடையும் மட்டுமே கூண்டுக்கு வெளியே எஞ்சியிருந்தன. வெளியே தனித்து விடப்பட்ட அரசன் கம்பியை உலுக்கி அழத் தொடங்கினான்.

மக்கள் அவரவர் வீட்டுக்குள் புகுந்து கொண்டனர். கடைக்காரர்கள் கூண்டில் சட்டமடித்து சாமான்களை அடுக்கத் துவங்கினர். வண்ணான் துறையில் கூண்டுக் கம்பிகளுக்கு இடையே கயிறு கட்டி துணி உலர்த்தத் துவங்கினர். பிள்ளைகள் கூண்டை தொற்றி ஏறுவதும் குதிப்பதுமாக விளையாடித்

தீர்த்தனர். காதலர்கள் கூண்டில் சாய்ந்தபடி முத்தமிட்டுக் கொண்டனர். அரண்மனை யானைகளும் குதிரைகளும் கூண்டில் பிணைக்கப்பட்டன. அரசிகள் கூண்டு விளிம்பில் மெய்க்காப்பாளர்கள் சூழ கவலையுடன் அரசனைப் பார்த்து அமர்ந்திருந்தனர்.

இரவடங்கி கதிரவன் மேலெழுந்தான். அரசனைச் சுற்றியும் ஒரு சிறிய கூண்டு முளைத்தது. அது பெரும் கூண்டோடு பிணைந்தது. அரசன் சிரித்தபடி நகர் புகுந்தான். அங்கே அவனுக்கு பெரும் வரவேற்பு நிகழ்ந்தது. கோடரிக்குறி தரித்தவர்களும், நாகத்தை பச்சை குத்தியவர்களும், மஞ் சளாடை பிரபுக்களும் அரசனின் பல்லக்கை சுமந்து கொண்டாடினார்கள். கூண்டு நாட்டளவுக்கே பிரம்மாண்டமாக விரிந்திருந்தது. அவனுக்கு ஒரேயொரு மொட்டைப் பாறைதான் விஞ்சி இருந்தது. அதற்கப்பால் நீலக்கடல். பொழுது சாயும் வரை போக்கிடமின்றி அங்கேயே அமர்ந்திருந்தான். அவனைப் பற்றிய சிந்தை எவருக்கும் இல்லை. கூண்டருகே வந்து அவனை நோக்கிய ஓரிருவர் அவனை கரிசனத்தோடு பார்த்தனர். வேறு பலர் அவனுடைய இந்த விந்தையான நிலையைப் பார்த்து கேலி செய்து சிரித்தனர்.

அவன் என்ன செய்தால் உள்ளே போக முடியும் என்பதறியான். ஒருவேளை கொல்லனுக்குத் தெரிந்திருக்கலாம். அவனும் கொல்லனைத் தேடினான். கூண்டுக்குள் கூட்டத்தில் கொல்லனின் குழந்தை முகம் மின்னி மறைந்ததாகத் தோன்றியது. ஏதாவது வழிபிறக்கும் என தனது கடந்தகால நினைவுகளை மீட்டினான். உள்ளே போவதற்குரிய தகுதியான செயல்களை தானும் செய்ததை வரிசைப்படுத்தி தனக்குள் சொல்லிக்கொண்டான். இது ஏதோ இயந்திரக்கோளாறு தானும் உள்ளிருக்க வேண்டியவனே என மன்றாடத் தீர்மானித்தான். கூண்டை வெறித்தபடி காத்திருந்தான்.

– கபாடபுரம், நான்காம் இதழ்

திமிங்கிலம்

1

நத்தை! மேல் முதுகு புடைத்து, எடை தாளாமல் குனிந்து ஊர்ந்து வந்தாள் அந்தக் கிழவி. அழகான அதிகாலைப் பொழுது, சூரியன் மேகங்களில் கலந்து விட்டிருந்தான். நிலவு இன்னமும்கூட பூடகமாக ஒளி உமிழ்ந்து கொண்டிருந்தது. மயான அமைதியைப் பிளந்து கொண்டு அவள் தரையில் சரட்டிக்கொண்டு வந்த வாக்கரின் இழுவை அரவம் எழுந்தது. தலை கவிழ்ந்து, வெட்டவெளியை வெறித்தபடி நெடிய வரிசையில் நின்று கொண்டிருந்தார்கள். ஒவ்வாத பண்டத்தை சோற்றுத் தட்டில் வைத்தது போன்ற முக பாவனையுடன் அவளை அந்தக் கூட்டம் கவனிக்காமல் கடந்து சென்றது. அவள் மெல்லிய குரலில் எதையோ சொல்லிக் கொண்டிருந்தாள்.

நன்கு பரிச்சயமான வட்ட முகம். இத்தனை தொலைவிலிருந்து அவளுடைய சலவைக்கல் விழிமணியைத் துல்லியமாகக் காண முடிந்தது. 'எரிபொருள் நிரப்பகத்தின்' வாயிலில் நின்ற வரிசை மிக மெதுவாக நகர்ந்தது. அவள் இறுகப் பற்றியிருந்த வாக்கர் அவளுடைய உடல் அதிர்வுகளை வாங்கி மண்ணில் செலுத்திக் கொண்டிருந்தது. அவளை வேறு வேறு நிரப்பகங்களில் பார்த்தது போல் இருந்தது. கிழவியின் கையில் ஒரு சிறிய புகைப்படம், அதில் அவள் நீலநிற ஸ்வெட்டர் அணிந்து நாற்காலியில் அமர்ந்திருந்தாள். இப்போதிருக்கும் அளவுக்கு தளர்வும் சோர்வுமில்லை. அந்தப் புகைப்படத்தில் நிறம் உதிர்ந்த இற்றுப்போன அந்த வாக்கர் அவளருகே இல்லை என்பதால் கூட அப்படித் தோன்றி இருக்கலாம். மடியில் மண் நிறத்து சிவப்பு கழுத்துப் பட்டை அணிந்த நாய் ஒன்று

சுருண்டு கண்மூடிச் சுகமாகக் கிடந்தது. அவள் முகத்திலும்கூட ஒரு பெருமிதச் சிரிப்பு உறைந்திருந்தது.

"கனவான்களே, இந்த புகைப்படத்தில் இருக்கும் எனது நாய்க்குட்டி, டாபி, என் ஆருயிர்த் தோழன், அவனை இந்த இரண்டு நாட்களாக காணவில்லை, நானில்லாமல் தவித்து விடுவான், அவனை என்னிடம் சேர்ப்பியுங்கள், நான் உங்களுக்கு நன்றியுடன் இருப்பேன்".

அவள் நுரையீரல் இரைவது வெளியே கேட்டது. சொற்கள் அவள் உதடுகளில் இருந்து தத்தித் தத்தி உதடுகளை பலவந்தமாக தள்ளிப்பிளந்து வெளியே குதித்தன. "போகட்டும், இத்தனை காலம் மனிதர்கள் வெறும் வீம்புக்கும் வெறுப்புக்கும்தானே மண்ணுக்குள் சென்றார்கள்... நான்... வேண்டுமானால் ஏதேனும் உயில் எழுதித் தருகிறேன்... என் சடலம் உங்களுக்குதான்... எப்படியும் அது விரைவில் நிகழ்ந்துவிடும்..." மீண்டும் மூச்சிரைத்தாள். "கனவான்களே, நான் கோருவதெல்லாம் எனது செல்ல டாபியைக் கண்டால் என்னை அதனிடம் ஒப்புடையுங்கள்... இன்னும் கொஞ்ச காலமேனும்..."

அவன் விழித்துக் கொண்டான். அக்குளிலும் முதுகிலும் சட்டை வியர்வையில் ஒட்டியிருந்தது. சாய்வு நாற்காலியுடன் உடல் கட்டுண்டது போல் அசைய மறுத்தது. கையையும் காலையும் உதறித் துள்ளி எழ வேண்டும் ஆனால் இயலவில்லை. அவனை எல்லோரும் 'திமிங்கிலம்' என்றே அழைத்தார்கள். அப்படி அழைக்கப்படுவதற்கு முன்பிருந்த பெயர் வெறும் சடங்காக மட்டும் நீடித்து இருந்தது. அதுவும் இப்போது திடுமென மறந்து போனது. நினைவுகளில் துழாவிப் பார்த்தான். வேறு ஏதேதோ நினைவுகள் அகப்பட்டன. மணிக்கட்டில் கட்டியிருந்த தகவல் திரட்டியில் அவனைப் பற்றிய எல்லா தகவல்களும் இருக்கும். ஆனாலும் அதைப் பார்ப்பது இழிவு என எண்ணி, வீம்பாக நினைவுகளுடன் போராடினான்.

முதலாம் பெருநிகழ்வில் ஒரு சிறு செயற்கைத் தீவில் இருந்த அவனுடைய ஆய்வுக்கூடமும் அதில் பணிபுரிந்த 63 பேரையும் கடல் சூழ்ந்து கொண்டது. ஒரு உடல்கூட கரையொதுங்கவில்லை. உலகம் தழுவிய பேரழிவு எனும் பெரும் சோகத்தில் அவர்களுக்கென சிறு பங்கை ஒதுக்கிவிட்டு அவரவர் பணிகளுக்கு திரும்பியிருந்தபோது, ஒருவாரம் கழித்து சிறு மிதவையைப் பற்றிக்கொண்டு உயிருடன் கரையடைந்தான். அப்போது திமிங்கிலம் எனத் தலைப்பிட்டு பிரபல

ப்ராக்ருதிஸ்தான் பத்திரிக்கை அவன் பிழைத்த நம்பவியலாத கதையை செய்தியாக்கியது. அந்தச் செய்திக் கட்டுரை இப்படி துவங்கியது "திமிங்கிலம் பிரம்மாண்டமானது, அதனாலேயே தப்பவியலாதது, தின்று கொழுத்து வளர்வது எனினும் இன்றியமையாதது".

இந்தக் கனவு அல்லது உருவெளித்தோற்றம் அவனுக்கு நன்கு பரிச்சயம் தான். எத்தனையோ வருடங்களாக மீள மீள உறக்கம் உண்ணும் அதே கனவு. இந்தக் கனவின் செல்திசையை, அதன் ஒவ்வொரு நுணுக்கங்களையும் நன்கறிவான். மரித்துப்போய் கல்லறைகளில் அறிதுயிலில் கிடக்கும் மூதாதைகளின் மட்கும் உடல்களை, எலும்புகளை, வளர்ப்பு மிருகங்களின் உயிரற்ற சடலங்களை எரிபொருளாக்க சக்கர வண்டிகளில் இழுத்துக்கொண்டு செல்லும் அந்த வரிசை. குடலை உளையும் அந்த அழுகிய பிண வாடை. என்ன, வரிசையில் நின்றிருக்கும் முகங்கள் மட்டும் அவ்வப்போது மாறும். ஜனாதிபதிகளும், தளபதிகளும், இவான் வஹ்லேறியும் பிற சகாக்களும், ஆசான்களும், தனது தந்தையும், மகன்களும், இன்னும் தானறிந்த வேறு வேறு முகங்கள் வரிசையை நிறைக்கும். அத்தனை முகங்களும் இரையை நுகர்ந்த பசித்த ஓநாயின் தவிப்பை நினைவூட்டின. பாய்ந்து பிராண்டும் சந்தர்ப்பத்திற்காக கோரைப் பற்கள் தெரிய காத்திருக்கும் பிராணிகள். தனது பங்கை கவனமாகக் காபந்து செய்யும், பிறர் பங்கை களவாடத் துடிக்கும் ஊனுண்ணிகள்.

அவர்கள் அஞ்சினர். கல்லறைகளை கட்டுக்குள் கொண்டுவந்து பிணங்களை கருப்பு சந்தையில் விற்ற 'பிணப்பொறுக்கிகளை' எண்ணியல்ல. முதல் மீறலுக்காக, அது தமதாக இருக்கக்கூடாதே என்பதற்காக. அந்த மீறலை பிறர் நிகழ்த்தவேண்டும் என அவர்களுள் சூல் கொண்டிருந்த சாத்தான்கள் காத்திருந்தன. அந்தக் கிழவியின் முகம்கூட அன்னையின் முகமாகவும், மனைவிகளின் முகமாகவும், எங்கிருக்கிறாள் என்றறியாத மகளின் முகமாகவும் உருக்கொள்ளும். அந்த வரிசையில் எப்போதும் அவனிருப்பான். கருப்பு தோல் மேற்சட்டை அணிந்த இளைஞன் வரிசையில் அவனுக்குப் பின் நிற்பவன். அவன் தயங்கித் தயங்கி வரிசையை விட்டு விலகி வருவான். நேராக அந்தக் கிழவியிடம் செல்வான். "மன்னிக்க வேண்டும் பாட்டி, உங்கள் டாபி என் வீட்டில்தான் உள்ளது, அழகிய நாய்க்குட்டி..." என்பான் நிதானமாக. 'என்னோடு வாருங்கள்'

என மெல்ல அந்தக் கிழவியின் கையை உறுதியாகப் பிடித்து அழுத்துவான். கிழவியின் கண்கள் சுருங்கும். கண்ணுக்குக் கீழிருக்கும் தோல் பையில் நீர் ததும்பும். அவள் புரிந்துகொண்டாள். மறுசொல் ஏதுமின்றி நடுங்கும் கரங்களால் அவனைப் பற்றிக்கொண்டு அங்கிருந்து செல்வாள். அங்கே நின்ற ஒவ்வொருவரும் அறிவார்கள். வெறுமே வேடிக்கைப் பார்த்தபடி அப்படியே நிற்பார்கள்.

அதற்கு மேல் பொறுக்கவில்லை. முழு வலிமையோடு சாய்வு நாற்காலியிலிருந்து உந்தி எழுந்தான். அவனது நண்பன் இவான் வஹ்லேறி எப்போதோ கூறியது நினைவுக்கு வந்தது "நீ காண்பது கனவல்ல நண்பா. இத்தனை திட்டவட்டமாகவும் தீர்க்கமாகவும் கனவு காண முடியுமா என்ன? கனவு நினைவிருக்கிறது என்றாலே நீ அதைப் புனைகிறாய் என்று பொருள். எப்போதுதான் உன் 'வதைவிரும்பித்தனத்தை' விட்டு வரப் போகிறாயோ? இது ஸ்வப்ன ஸ்கலிதம் போல் உன் மூளை உன்னை மகிழ்வித்துக் கொள்ள செய்துகொள்ளும் ஒரு சிறிய ஏற்பாடு.." எனச் சொல்லி நகைத்தான். இவானுக்கு எல்லாவற்றையும் பற்றி அப்பட்டமாகச் சொல்ல முடியும். மறுத்து மூர்க்கமாக வாதிட்டாலும் மனதின் மூலையில் அவன் சொற்கள் வேர்பிடித்து வளர்ந்து விடும். மூன்று நான்கு நாட்கள் வரை சண்டை முற்றி பேசாமல் கூட இருந்திருக்கிறார்கள். ஒவ்வொரு முறையும் இவான்தான் முதலில் இறங்கி வருவான். "ஊடல் போதும் நண்பா... வா கூடலாம்" எனச் சிரித்துக்கொண்டே சொல்வான்.

அவன் எழுந்து கண்ணாடிச் சாளரத்தை மறைத்திருக்கும் நீலத்திரைச் சீலையை மெல்ல விலக்கி வெளியே நோக்கினான். கட்டிடத்தைச் சுற்றி இருக்கும் சூரியக்கதிர் வடிகட்டியைக் கடந்து ஒளிக்கதிர்கள் அறைக்குள் ஊடுருவின. அதிகாலைச் சோதனையின் இறுதி கட்டத்தை முடித்துவிட்டு கண்ணயர்ந்தது, இப்போது நண்பகல் கடந்துவிட்டது. சட்டைக்குள் புதையாத அவனுடைய கைகள் மெல்ல பச்சையாக மினுங்கத் துவங்கின. பரவசத்தோடு அவன் சட்டையை முழங்கை வரை மடித்துவிட்டு சூரியக் கதிரில் காண்பித்தான். சரசரவென பச்சை மேவியது. கற்றாழையின் பச்சை. இதயம் அதிரத் துவங்கியது. அறையின் மூலையிலிருந்த சிறிய கண்காணிப்பு காமிராவை நோக்கி கரங்களைக் காண்பித்தான். வரியோடிய முதிர்ந்த முகத்தில் ஒரு சின்ன சுழிப்பு. "மானுடர்களே... ஆம்,

நிலையான வாழ்வுக்கான முடிவற்ற தேடல் இன்றோடு முற்று பெறுகிறது. ஆயிரமாயிரம் ஆண்டுகளாக, மனிதன் தன்னை வேறுவிதமான குரங்காக உணரத் துவங்கியது முதல் தொடர்ந்து கொண்டிருக்கும் தேடல், நிலைத்த பாதுகாப்பான வாழ்வுக்கான தேடல், கோடிக்கணக்கான மனித உயிர்களை காவு வாங்கிய அந்த தேடல், நாளையைப் பற்றிய நிச்சயமற்ற அவனுடைய உறக்கமற்ற நடுங்கும் இரவுகள், போர்கள், சாகசங்கள் என எல்லாமும், ஒருகால் கலையை தவிர, பிற அனைத்தும் அவன் உண்பதற்காக, வாழ்வதற்காக முனைந்ததன் விளைவுகள்தான். சக மானுடர்களே, அந்த அச்சத்தை புதைத்து விடுங்கள், அது இன்றோடு முடிந்து போனது, இதோ இப்போது இங்கு புதிய மனிதன் எழுந்து வருகிறான். முழு தற்சார்புடையவன். உங்களுக்கு இந்த அற்புத பரிசு... ஹோமோ ரீகாம்பினன்ட்" என புன்னகைத்தான்.

2

2020-ஆம் ஆண்டு நிகழ்ந்த முதலாம் பெரு நிகழ்வு உலகை நிலைகுலைய செய்தது. வெள்ளைக்குதிரையில் வாளேந்தி நீதி வழங்க எமது தேவன் இறங்கி வந்துவிட்டான் என்றார்கள். முதலாம் பெரு நிகழ்வில் அவனுடைய ஆசானும் மூத்த விஞ்ஞானியுமான டாக்டர். ஹாப்கின்ஸ் மேற்கொண்ட ரகசிய ஆய்வுகளின் தரவுகள் அவரோடு சேர்ந்து அடித்துச் செல்லப்பட்டது. இவன் மட்டுமே எஞ்சியிருந்ததால் ஒருகாலும் அவை வெளியே கசிந்துவிடக்கூடாது என்பதாலும், ஆய்வுகளைத் தொடர வேண்டும் என்பதாலும் அவனுடைய இருப்பு வெகு இரகசியமாகப் பாதுகாக்கப்பட்டது. சில காலம் கைவிடப்பட்ட விமான தளங்களில், செயற்கை தீவுகளில், பாலை, பனிமலைச்சூழ் பள்ளத்தாக்குகளில் என கடந்த முப்பது ஆண்டுகளுக்குள் பதினான்கு முறை இடம்பெயர்ந்தான். பூமத்திய ரேகைக்கு வெகு அருகிலிருக்கும் இந்த தீவில்தான் ஆறு வருடங்களாக வாசம். கடும் மழையும், ஒளிபுகா அடர்காடுகளும், வெப்பமும் நிறைந்த தீவு. சாளரத்திற்கு அப்பால் மலை முகடுகள் வட்டமிட்டு நின்றன. முற்காலத்தில் எரிமலையாக இருந்தது. அதன் மத்தியிலுள்ள பள்ளத்தாக்கு ஆளரவமற்ற அடர்காடு. ஒருகாலத்தில் பல்லுயிர் மண்டலமாக அறிவிக்கப்பட்டு பேணினார்கள். விதவிதமான மரங்களும், செடி கொடிகளும், அதற்குகந்த விலங்கினங்களும் வாழ்ந்த காடு. இன்று அகன்று, தடித்த இலை கொண்ட புதர்ச்

செடி மட்டுமே அக்காட்டை முழுமையாக நிறைத்திருந்தது ம்யுடன்ட் கார்டிஃபோலியா (Mutant cordifolia).

செவ்வாய் கிரகத்தில் விண்வெளிப்பயணிகளும் ஆராய்ச்சியாளர்களும் வேளாண்மை செய்து வாழ்வதற்காக ஆய்வுக்கூடத்தில் உருவாக்கப்பட்ட புதர்ச்செடி. இத்தாவரத்தை உருவாக்கிய டாக்டர். ரபேலின் கீழ் அவனும் பணியாற்றியிருக்கிறான். வெப்பத்திற்கு உகந்து தகவமைத்துக்கொண்டு, மிகக் குறைந்த அளவிலான நீரில், குறுகிய காலத்திற்குள் பழுக்கும் அதன் கனிகள் மனிதருக்குத் தேவையான அனைத்து நுண்சத்துக்களையும் உள்ளடக்கியவை. சோதனை முயற்சியாக ப்ராக்ருதிஸ்தான் ராணுவம் முகாமிட்ட பாலை தேசங்களில் ராணுவ வீரர்களுக்கு உணவானது. ரபேல் ராணுவம் இதைப் பயன்படுத்துவதைக் கடுமையாக எதிர்த்தார். கள்ளச்சந்தையில் தீவிரவாதக் குழுக்களுக்கு உளவு அதிகாரிகளால் விற்கப்பட்டது. ரபேல் உண்மைகளை வெளியிடப் போவதாக அதிகாரிகளுக்கும் அதிபருக்கும் கடிதங்கள் எழுதினார். திடீரென்று அமைதியானார். ஏதேதோ காரணங்கள் கூறப்பட்டன. வெகு காலத்திற்கு பின்னர் டாக்டர். ரபேலின் பெயரை 'ஹோமோ ரீகாம்பினன்ட்' ஆய்வுக்கு ஒப்புக்கொண்ட தன்னார்வலர்களின் பெயர்ப் பட்டியலில் கண்டபோது அதிர்ந்தான். எச்சில் ஒழுக நிலைகுத்திய வெறித்த விழிகளுடன் பிரமை பிடித்தது போல் அமர்ந்திருந்தார். நினைவுகள் அழுக்கேறிய பளிங்குத்தரை போல் துலக்கமில்லாமல் மொந்தையாகியிருந்தன. பார்கின்சன் நோய் அவரை முற்றிலுமாகச் செயலிழக்கச் செய்திருந்தது. அவருடைய காப்பாளர் பணத்தைப் பெற்றுக்கொண்டு போலியான தகவல்களை அளித்துவிட்டு தப்பித்துச் சென்றார்.

மூன்றாம் பெருநிகழ்வுக்கு பின்பான காலகட்டத்தில் நிகழ்ந்த கடும் பஞ்சத்தை எதிர்கொள்ள, உலகெங்கிலும் இருந்த பாழ் நிலங்களில் வானிலிருந்து ம்யுடன்ட் கார்டிஃபோலியாவின் விதைகள் தூவப்பட்டன. காலப்போக்கில் பிற செடிவகைகளை அழித்து உலகெங்கும் பரவி நிறைத்தது. நிலைமை சீரடைந்த பின்னர் அதை அழிக்க மேற்கொண்ட முயற்சிகள் யாவும் தோல்வியுற்றன. மேலும் மேலும் வீரியமிக்க புதிய வகைகள் தோன்றி ஆக்கிரமித்தன. 'நாம் இந்த உலகை என்ன செய்திருக்கிறோம்?' என வெட்கிப் பதைத்து நின்றான்.

முன்பெப்போதோ தேடிச்சென்று கண்டடைந்த இந்திய

துணைக்கண்டத்தின் தென்கோடி பகுதியில் செம்மண் சூடிய பூர்வீக கிராமம் அவன் நினைவில் எழுந்தது. நீருக்குள் அமிழ்ந்துவிடக் கூடாது எனப் பிடிவாதமாகத் தலை தூக்கி நிற்கும் தாமரைக்குளம். எப்போதும் சுகமாக சோம்பிக் கிடக்கும் அழகிய அமைதி ததும்பும் ஊர். தனது மூதாதை நிலத்தை தேடிக் கண்டடைந்த போது ஏற்பட்ட பரவசம் அவனுள் அவ்வப்போது மீட்டுக்கொள்ள ஏதுவாக அடிநாக்கின் சுவையாக எஞ்சியிருந்தது.

அவனுடைய தாத்தா அந்த கிராமத்திலிருந்து பஞ்சம் பிழைக்க கப்பலேறினார். கப்பல்கள் உடைந்து நொறுங்கின. மிகப்பெரிய பேரழிவுக்குப் பின்னர் எஞ்சியவர்களால் உருவாக்கப்பட்ட புதிய தேசம்தான் ப்ராக்ருதிஸ்தான் எனும் பிராக். நவீன தொழில்நுட்பம் மனிதர்களைக் கொத்துக் கொத்தாகக் கொன்றொழித்தது ஆகவே நம்மை அடிமைப்படுத்தும் தொழில்நுட்பங்கள் இல்லாத தற்சார்புடைய புதிய உலகை உருவாக்குவோம் என ப்ராக்கின் முன்னோர்கள் சூளுரைத்தார்கள். வெளியுலகத் தொடர்புகள் ஏதுமற்று, அத்தியாவசியமான தொழில்நுட்பங்களை மட்டும் வளர்த்தெடுத்து மனிதர்கள் நிகராக வாழும் ஓருலகை வன்முறையின்றி உருவாக்க முனைந்தார்கள். ஆனால் அங்கே சொகுசான தொழில்நுட்பங்களை உருவாக்கும் நிழலுலகம் உருவானது. சிவப்பு சாயம் பூசிய வாழை நார்களைக் கொண்டு முகங்களை மூடிய அவர்கள் வாழையர்கள் என்று தங்களை அழைத்துக் கொண்டார்கள். அறிவியலே மானுட மீட்புக்கான சாதனம் என்பதே அவர்களின் பிரச்சாரமாக இருந்தது. புரட்சிக்குப் பின்னால் பிராக்கில் அவர்கள் அரசை உருவாக்கினார்கள். முதலாம் பிராக்ருதிஸ்தான் எழுச்சியில் வாழையர்களை எதிர்த்துப் போராடி அவனுடைய தந்தை உயிர் நீத்தார்.

இருபது வருடங்களில் பிராக் அசுர வேகத்தில் தொழில்நுட்பங்களை வளர்த்தெடுத்தது. சிதிலமடைந்த வெளியுலகுடன் தொடர்பை ஏற்படுத்திக்கொண்டது. புத்தாயிரமாவது ஆண்டிற்குள் தொழில்நுட்ப வல்லரசாக தன்னை நிலைநிறுத்தி, புதிய அதிகார மையமாக ஆனது.

3

எத்தனையோ ஆண்டுகளுக்கு பின்னர் குமிழ் வடிகட்டியின்றி வெளியே வந்தான். குமிழ் வடிகட்டி இவானின் அற்புதக் கண்டுபிடிப்புகளில் ஒன்று. "மனிதன் தன்னளவில் ஒரு பிரபஞ்சம்"

என்றெல்லாம் சொன்னார்களே... என்ன ஒரு அற்புதம்... அவன் வாழ அருமையான மலக்குழியை தயார் செய்து கொண்டிருக்கிறோம்... மலக்குழியில் வாழும் பிரபஞ்சம்" என்பான். ஆறாம் பெருநிகழ்வுக்குப் பின்பான காலங்களில் புறஊதாக் கதிர்கள் உக்கிரமாக பூமியைத் தாக்கின. வெம்பிப் பழுத்தத் தோலுடன் பாதி எரிந்த பிணங்களைப் போல் மக்கள் நடமாடினார்கள். வளைகளிலும், பொந்துகளிலும் எலிகளைப் போல வாழ்ந்தார்கள். இடுக்குகளில் வாழ்ந்து இரவுகளில் மட்டும் வெளிவரும் கரப்பான்பூச்சிகளானார்கள். அப்போதுதான் புறஊதா கதிர்களை உள்ளிழுத்து வாழும் வகையில் ஆபத்தற்ற சில நுண்ணுயிரிகளின் மரபணுவில் மாற்றங்கள் ஏற்படுத்தினான் இவான். புறஊதாக் கதிர்களை உண்டு வாழும் உயிருள்ள பாதுகாப்புக் கவசமாக திகழும் சூர்யக்கதிர் குமிழ் வடிகட்டிகளின் முதல் வடிவத்தை அவன் தான் உருவாக்கினான்.

வெளியே வான் தூய நீலச்சுவர் எனக் கிடந்தது, அண்மையில் கடந்து சென்ற விமானம், மங்கி மீண்டும் நீலத்தில் மறையும் வெண்ணுரைக் கோடொன்றால் நீலச்சுவரைப் பெயர்த்துச் சென்றிருந்தது. மணலில் கால் புதைய நடந்தான். நீலக்கடல் விளிம்புகளில் சிற்றலைகள் மோதிக் கொண்டிருந்தன. கடல் வானைக் கண்டு தானும் மூச்சை அடக்கி சுவராகச் சமைந்து நிற்க முயல்கிறது. பாவம். தசைகள் சற்றே தளர்ந்தன. முகம் பச்சையாக ஒளிர்ந்தது. நினைவிலிருந்து ஒளிந்திருந்த அவனுடைய பெயர் இயல்பாக அவன் உதடுகளில் அமர்ந்து எழுந்தது.

நினைவுகள் அவனை அலைகழித்தன. எட்டாவது பெருநிகழ்வுக்கு பின் ஏற்பட்ட கடுமையான எரிபொருள் பற்றாக்குறை காலகட்டங்களில், பிரச்சனையைத் தீர்க்க வழிமுறைகள் ஏதும் இல்லாதபோது, உலகம் போரின் விளிம்பில் சீறிக்கொண்டிருந்தது. புதுப்பிக்கவியலா எரிசக்தி காலாவதியானது. பெட்ரோலியமே தலையாய இயக்கு விசையாக இருந்து வந்தது. எரிசக்தி தற்சார்பு நிலையை எட்டிவிடவும் இல்லை.

ஏதாவது செய்தாக வேண்டும் என அரசு அவர்களை நிர்பந்தித்தது. தற்காலிகமாகப் பயன்படும் வகையில் மிகக் குறுகிய காலத்தில் நுண்ணுயிரிகள் மூலம் உயிரிக்கழிவுகளை 'அதிவிரைவு மட்குதல்' தொழில்நுட்பத்திற்கு உட்படுத்தி,

உடனடியாக எரிபொருளை பிரித்தெடுக்கும் வழிமுறையை அவனும் அவனது குழுவும் உருவாக்கினார்கள். 'கார்ப்சோ கார்பன்' என அதற்கொரு பெயருமிட்டான். ஒரு சராசரி மனிதச் சடலத்திலிருந்து நிமிடங்களில் 50 லிட்டர் அளவுக்கு அந்த தொழில்நுட்பத்தால் எரிபொருள் எடுக்க முடிந்தது. 'நாங்கள் மதிப்பை கோருகிறோம்' எனும் முழக்கத்துடன் நிகழ்ந்த போராட்டங்கள் இரண்டொரு நாட்கள் கூட தாக்குப்பிடிக்கவில்லை. உலகின் வேறு பகுதிகளை சார்ந்த விஞ்ஞானிகள் 'இது அழிவுப்பாதை', முட்டாள்தனமானது என எதிர்த்தனர். உயிரிக் கழிவுகள் சொற்ப அளவிலேயே உள்ளன, புதுபிக்கத்தக்க எரிசக்தியை மேம்படுத்துவதே தீர்வாக இருக்க முடியும் என வாதிட்டனர். ஆனால் அதற்காக காலவகாசம் இப்போது இல்லை எனும் ப்ராக்ருதிஸ்தானின் வாதத்தை எவரும் மறுக்கவில்லை. எரிபொருள் பிரச்சனையைத் தீர்க்க இப்போதைக்கு வேறு வழியில்லை எனும் நிதர்சனம் போராட்டத்தையும் எதிர்ப்புகளையும் பிசுபிசுக்கச் செய்தது. அரசு அவசரகால எரிபொருள் நிரப்பகங்களை நிறுவியது. முதலில் உதிர்ந்த இலைகளைக் கூடை கூடையாகச் சுமந்து வந்தனர், பின்னர் காய்ந்த விறகுகளை, மரங்களை, எஞ்சியிருந்த பச்சை மரங்களை, செடிகொடிகளை வெட்டி வீழ்த்தினர். பின்னர் தள்ளுவண்டிகளில் பூனைகளின், எலிகளின், பன்றிகளின், நாய்களின் சடலங்களைத் தள்ளிக்கொண்டு பெரும் வரிசையில் நின்றார்கள். பின்னர் சடலங்கள் உற்பத்தி செய்யப்பட்டன. வீட்டு விலங்குகள், காட்டு விலங்குகள் என பாகுபாடில்லாமல் திருடிக் கொல்லப்பட்டன, வேட்டையாடப்பட்டன, உரிமையாளர்களே வேறு வழியின்றி செல்லப் பிராணிகளுக்கு விஷம் வைத்துக் கொன்றனர். செல்லப் பிராணிகளைக் கொல்லும் சங்கடம் உங்களுக்கு வேண்டாம், நாங்கள் இருக்கிறோம் எனும் விளம்பரத்துடன் புதிய நிறுவனங்கள் முளைத்தன. வளர்ப்பு மிருகங்களை அவர்களிடம் ஒரு நன்னாளில் ஒப்படைக்க வேண்டும். அதைத் தூய்மையாக்கி, நல்ல உணவு வழங்கி, உரிமையாளருடன் புகைப்படம் எடுத்து, எதிர்பாலின பிராணியோடு கலவிகொள்ள ஓரிரவு வசதியளித்து, ஓய்வெடுக்கும் நேரமாகப் பார்த்து விஷ ஊசி செலுத்தப்பட்டு வலியில்லா மரணம் அளிக்கபட்டது.

சட்டென இருளில் கண்ணில் விளக்கொளி பாய்ந்தது போல் அந்தக் கிழவியின் முகம் தெளிவானது. ஆம் அவள் வெறும் கனவோ கற்பனையோ அல்ல. அந்தக் கருப்பு தோல் சட்டை

அணிந்தவனையும், அந்தக் கிழவியையும் செய்திகளில் பார்த்திருக்க வேண்டும். அந்தக் கிழவி மிகப்பெரிய தொகைக்கு 'பிணப் பொறுக்கிகளிடம்' உயிரோடு விற்கப்பட்டிருந்தாள். மிக மோசமான மலைச்சரிவின் முதல் கூழாங்கல் அவள். கைகால்கள் மரத்துக் குளிர்ந்தன. முகம் அடர் பச்சையாகி வியர்த்தது.

அந்தக் கிழவிதான் 42 நாட்கள் நீடித்த குருதிப் பெருக்கின் துவக்கம். வயோதிகர்கள் தற்கொலைக்கு நிர்பந்திக்கபட்டார்கள். போதைப் பொருட்கள் சந்தையில் சர்வ சாதாரணமாகப் பெருகின. வலியில்லா மரணத்தை வயோதிகர்கள் வேறு வழியின்றி தேர்ந்தார்கள். மறுத்த முதியோர்கள் சிலர் கொல்லப்பட்டனர். கொஞ்சம் ஆற்றல் எஞ்சியிருந்தவர்கள் தங்கள் வீடுகளிலிருந்து தப்பி வெளியேறி அரசிடம் உதவி கோரி தஞ்சமடைந்தனர். தற்காலிகப் பராமரிப்பு முகாம்கள் அமைக்கப்பட்டன. ஒப்புதல் படிவத்தில் ஒருவேளை தான் முகாமில் வசிக்கும் காலத்தில் மரித்தால், எனது உடல் அரசுக்கு உரியது என எழுதி வாங்கிக்கொண்ட பின்னரே முகாமில் அவர்கள் அனுமதிக்கப்பட்டார்கள். அவர்களுக்குத் தேவையான மருத்துவ வசதிகளைச் செய்து கொடுப்பதும் அத்தனை எளிதாக இல்லை. முகாம்களைச் நோக்கி அவர்கள் வந்தவண்ணமிருந்தார்கள். 'பிணப்பொறுக்கிகள்' முகாம்களை சுற்றி வட்டமிட்டுக் கொண்டிருந்தார்கள். பராமரிப்பாளருக்கு கையூட்டு அளித்து இறக்கும் தருவாயில் உள்ளவர்களைக் கடத்திச் சென்றார்கள். சில முகாம்களில் காவலர்களே பிணப்பொறுக்கிகளுக்கு தரகு வேலையும் பார்த்தார்கள்.

ஆயுதமேந்திய 'பிணப் பொறுக்கிகள்' சில எரிபொருள் நிரப்பகங்களைக் கட்டுக்குள் கொண்டு வந்தார்கள். வயோதிகர்களுக்கு பின், உழைக்க வக்கற்ற, பயனற்றவர்கள் என மக்கள் கருதிய ஊனமுடையவர்கள் பிடித்துவரப்பட்டார்கள். மக்கள் சிறைச்சாலைகளின் வாயிலிலும் நீதிமன்றங்களின் வெளியிலேயும் போராட்டத்தில் ஈடுபட்டனர். "குற்றவாளிகளைக் கொல்லுங்கள்" என கோஷமெழுப்பினர்.

திடீரென்று ஓரிரவு மக்கள் திரள் ஒன்று சிறைச்சாலையை உடைத்துக்கொண்டு நுழைந்தது. 'இந்த பாவிகளை காபந்து செய்து என்ன பயன்? இந்த உலகில் அவர்களுக்கு இடமில்லை' என ஆவேசமாகக் கூவினார்கள். கையில் அகப்பட்டவைகளைக் கொண்டு கொன்று இழுத்துச் சென்றார்கள். கை வேறு கால் வேறாகக் கூறுபோட்டுப் பிரித்துக் கொண்டார்கள்.

அதன் பின் பாலியல் விடுதிகள் சூறையாடப்பட்டன. ஓர்பால் சேர்க்கையாளர்களின் கூடுகைகளுக்குள் புகுந்தனர். இப்படிப் புகுந்த ஒரு கூட்டத்தை நோக்கி ஒரு பெண் பாலியல் தொழிலாளி ஏதோ ஒரு ஊரில் " உம்மில் யோக்கியமானவர்கள் மட்டும் எம்மீது கல்லெறியும்" என கூவியபோது நொடிபொழுது நீடித்த மவுனம் "நான் நீயல்ல" எனும் தொடர் கோஷத்தால் குலைந்தது. அதன் பின் வன்புணர்வும் படுகொலையும் தொடர்ந்தது.

ஆயுதமேந்திய பிணப் பொறுக்கிகளை அல்ல, சாமானியர்கள் சாமானியர்களுக்கு அஞ்சினார்கள். தாங்கள் பிறருக்கு நிகழ்த்தியவைகள் தங்களுக்கு நிகழ்ந்துவிடுமோ எனும் மிதமிஞ்சிய அச்சம் அவர்களை மேலும் மூர்க்கமாக ஆக்கியது.

42 நாட்கள் நீடித்த அராஜகம் 'மேற்கு பிராகிருதிஸ்தான் பள்ளிக்கூட படுகொலை' என்றறியப்படும் நிகழ்வோடு சட்டென முடிவுக்கு வந்தது. குற்ற உணர்வு மேலிட அழுது தீர்த்தார்கள், தாங்களும் மனிதர்கள்தான் என்பது அன்று அவர்களுக்கு திடீரென்று நினைவில் உதித்தது. மக்கள் 'பிணப் பொறுக்கிகளுக்கு' எதிராகப் பொங்கி எழுந்தார்கள். எரிபொருள் நிரப்பகங்களின் வாயிலில் கூடி 'அவர்களை விட்டுவிடுங்கள்... என்னை எடுத்துக் கொள்ளுங்கள்' எனக் கோஷமிட்டுப் போராடினார்கள். எங்கும் அறவுணர்வும், நீதியுணர்வும், கருணையும் ஆற்றுவெள்ளமெனப் பெருகி ஓடின. மன அழுத்தத்தால் படுகொலை நிகழ்ந்த அடுத்த வாரத்தில் மட்டும் ஆயிரக்கணக்கானோர் தங்களைத் தாங்களே மாய்த்துக் கொண்டார்கள்.

கவனம் மொத்தமும் திமிங்கிலத்தின் மீது திரும்பியது. தங்களை முடிவற்ற இருளுக்கு இட்டுச் சென்ற சாத்தானின் வடிவமாகத் தூற்றப்பட்டான். மக்கள் ஒருவரையொருவர் கொன்று தின்றுகொண்டிருக்கும்போது ஆய்வுக்கூடத்தில் அடுத்த ஆய்வுகளைச் செய்துகொண்டிருக்கும் நீரோ என வசைபாடபட்டான். அவனை அவமதித்து வைத்த பதாகைகள் இத்தனை ஆண்டுகளுக்குப் பின்னரும் துல்லியமாக நினைவில் துலங்கின. 'திமிங்கிலத்தை கூண்டில் அடையுங்கள்' எனும் வாசகத்தோடு கிளிக்கூண்டுக்குள் பிதுங்கிக் கிடக்கும் திமிங்கிலத்தின் பதாகைகளைக் கையிலேந்திகொண்டு ஊர்வலம் சென்றனர். வீதிகளில் கூர் பற்களுடன் பிரம்மாண்ட திமிங்கிலம் சிரித்துக் கொண்டிருந்தது. அதன் கரத்திலிருந்த முள் கரண்டியில்

மனிதத் தலைகள் குத்தியிருந்தன. நரமாமிசம் உண்ணும் காட்டுமிராண்டி, ரத்தம் உறிஞ்சும் டிராகுலா, மிதமிஞ்சி உண்டு அழிக்கும் திமிங்கிலம். 'திமிங்கிலத்தை தூக்கிலிடுங்கள்' என ஆவேசமாக கூவினார்கள். ஆனால் அவன் எங்கிருக்கிறான் என்பதை எவரும் அறியவில்லை. இதற்கிடையில் புதிய சட்டதிட்டங்கள் வகுக்கப்பட்டு 'கார்ப்சோ கார்பன்' பயன்பாடு முறைப்படுத்தபட்டது. எரிபொருள் தேவையும் சற்று அடங்கி இயல்புநிலை திரும்பியது. 'திமிங்கிலம்' மெல்ல மெல்ல மறக்கப்பட்டான். ரத்தம் கசியும் சிறு உள்காயமாக, பாவத்தின் நினைவாக, வெட்கத்துக்குரிய ரகசியமாக அவர்களுள் மிக வேகமாகப் புதைந்தான்.

4

'நான் மறக்கவில்லை' மெல்லச் சொல்லிக்கொண்டான். தான் வஞ்சிக்கப்பட்டதாக அவனுக்குத் தோன்றியது. 'நானா இவர்களை காட்டுமிராண்டிகளாக ஆக்கினேன்? நானா இவர்களை குருதி குடிக்கச் செய்தேன்? நான் அறிவியல் மட்டுமே அறிவேன். அரசு மக்களின் நன்மையின் பொருட்டு எனக் கருதி ஆணையிட்டதைச் செய்தேன். இக்கட்டுகளில் இருந்து மீட்க அவர்களுக்கொரு தொழில்நுட்பத்தை அளித்தேன்.' இல்லை. பொய். இவானும், ரபேலும் விஞ்ஞானிகள்தான். அவர்கள் ஒருபோதும் இத்தனை கீழிறங்கியிருக்க மாட்டார்கள்.

அவன் உடைந்து போயிருந்த ஆரம்ப நாட்களில், இவான் முழுநிலவு ஒளியில் கையில் மதுக்கோப்பையுடன் கூறியவை அவன் குரலிலேயே ஒலித்தது. "நண்பா... இதோ இந்த ஏவுகணைகளைப் பார்க்கிறாய்... ப்பூப்... பீரங்கிகள் உருண்டு வருகின்றன... இதற்காக நெருப்பையும் சக்கரத்தையும் கண்டுபிடித்த நம் மூதாதையை தூக்கிலிட முடியுமா என்ன? நீ அறியாததா? நுண்நோக்கியை கண்டுபிடித்தவன் அறிவானா இன்று உயிரிப் போரின் சாத்தியத்தை? நண்பா... எது எவரிடத்தில் எப்படி ஆயுதமாகும் என்பது நாம் அறிய முடியாத, நமக்கப்பால் உள்ள விளையாட்டு. அறிவியல் சிக்கலானது தான், தொழில்நுட்பமும் சிடுக்குகள் நிறைந்ததுதான், ஆனால் வேறுவழியில்லை நண்பா, அறிவியலின், தொழில்நுட்பத்தின் சிக்கல்களை மேலும் சிக்கலான அறிவியலை, தொழில்நுட்பத்தைக் கொண்டே தீர்க்க முடியும். முன்னேறு இல்லை மறைந்து போ... நீயில்லை என்றால் வேறொருவர் வழியாக நிகழ்ந்திருக்கும்... ஆகவே திருவாளர் ஹெர்குலஸ் அவர்களே தேமேயென கிடக்கும்

உலக உருண்டையை தேவையில்லாமல் தோளில் சுமக்க வேண்டாம்". இத்தனை பேசிய இவான்தான், மனித மூளையை நிலைகுலையச் செய்யும் நுண்ணுயிரியை உருவாக்கப் பணிக்கப்பட்டபோது மறுத்து தூக்க மாத்திரைகளை உண்டு மரித்தான். இவான் தீவிரவாதிகளுக்கு உளவு பார்த்ததாகக் குற்றம் சாட்டப்பட்டு அது கண்டறியப்பட்டதால் மனமுடைந்து தற்கொலை செய்து கொண்டான் என அறிவித்து அவனை பழிதீர்த்துக் கொண்டது அரசு. அவனுக்குரிய எல்லா அங்கீகாரமும் அரசால் மறுக்கப்பட்டது. அப்படியொருவன் இருந்ததற்கான தடயங்கள் ஏதுமின்றி வாழ்க்கை அவனை விட்டுவிட்டு நகர்ந்தது. அதுபோலொரு முடிவை தன்னால் ஏன் தேர்ந்தெடுக்க முடியவில்லை என யோசித்தான். ஆம். தானொரு திமிங்கிலம் என்பதைத் தவிர வேறெதுவும் அவனுக்கு பதிலாகத் தோன்றவில்லை. ஒருவேளை முதல் மனைவி ஜெமீமாவைக் கேட்கலாம். அவள் அவனை நன்கறிவாள்

அவள் பண்டைய பிராக்கின் மீது பற்று கொண்டவள். அதன் வழிமுறைகளைப் பின்பற்றியவள். தொழில்நுட்பங்கள் மீது தீரா ஐயம் கொண்டவள். அடிப்படை அறிவியலைக் கொண்டு வாழ்க்கை போக்கின் சிறு சிறு அசௌகரியங்களை எளிதாக்கத் தேவையான தொழில்நுட்பம் போதும் என நம்பியவள். மூளையின் பகுதிகளுக்கும் நினைவாற்றலுக்கும் பொருட்களின் வைப்புமுறைக்கும் உண்டான தொடர்பை அவள் ஆய்வு செய்தாள். அதன்படி சரியாக பொருட்களை அடுக்கி வைத்தாலே போதும். அதன் பயன்பாடு, விலை, அளவு என எல்லாமும் கணினி துணையில்லாமலேயே நினைவில் நிற்கும். மூளை ஒவ்வொன்றையும் எப்படி மற்றொன்றோடு தொடர்புறுத்துகிறது, அதில் பரிணாமத்தின் பங்களிப்பு என்ன என எவ்விதக் கருவிகளின் உதவியும் இன்றி அவளால் காத்திரமான கோட்பாடுகளை உருவாக்க முடிந்தது. சில பேரங்காடிகளில் அவளுடைய முறை மிக வெற்றிகரமாகச் சோதிக்கப்பட்டது. பண்டைய பிராக்கின் மீது பிரேமை கொண்ட சிலர் அவளுடைய முறைகளைப் பின்பற்றினார்கள்.

ஜெமீமாவும் அவனும் பள்ளித் தோழர்கள். ஒரே கல்லூரியில் வேறு வேறு துறைகளில் பயின்றவர்கள். காதலித்த போதும் ஒருவரையொருவர் சீண்டிக்கொண்டே இருப்பார்கள். இயந்திரங்கள் பற்றி இவன் காணும் கனவுகளை அவள் எப்போதும் கேலி செய்வாள். கலவிக்குப் பின்பான

உரையாடலின்போது மழை தருவிக்கும் இயந்திரத்தைப் பற்றி ஆர்வமாக அவளிடம் விவரித்துக் கொண்டிருந்தான். எல்லாவற்றையும் பொறுமையாகக் கேட்டுவிட்டு "உனக்கு நானோ அல்லது எந்த பெண்ணோ தரவியலாத உச்சத்தை இயந்திரங்கள்தான் தருகிறது போலும். உன் முகத்தை கண்ணாடியில் பார்" எனக் கோணலாகச் சிரித்துக்கொண்டே சிறிய கைக்கண்ணாடியை நீட்டினாள். முகம் சிவந்து, கன்னங்கள் பூரித்து, நெற்றி வியர்த்திருந்தது. இத்தனை ஆண்டுகளுக்குப் பின்னரும் அவளுடைய கணிப்பு எத்தனை துல்லியம் என எண்ணிக் கொண்டான். அவர்களின் உறவு திருமணத்தில் முடியும் என ஒருபோதும் எண்ணியதில்லை. மானுடம் தழைக்க வேண்டும் என அவன் கூறினால் உலகம் வாழ வேண்டும் என்பாள். ஒரேயொரு கருத்தில் கூட அவர்களுக்குள் ஒற்றுமை இருந்ததில்லை. அவள் நிதானமாகவும் ஆணித்தரமாகவும் பெரும்பாலும் சரியாகவும் தனது தரப்புக்களை வைப்பாள். இவன் பொறுமை இழந்துவிடுவான், வார்த்தைகளை அள்ளி இறைத்து வசைபாடி முடிப்பான். அவன் அமைதியுறும்வரை காத்திருப்பாள். மீண்டும் தனது கருத்து எவ்வளவு சரி என நிறுவுவாள். ஆனால் அத்தனைக்கும் அப்பால் இருவருக்குள்ளும் தணியா மோகம் தகித்தது. அவன் தேசிய அறிவியல் கழகத்தில் சேர்ந்தது அவளுக்குப் பிடிக்கவில்லை. செலவற்ற சரியான தொழில்நுட்பத்தைப் பரவலாக்கும் தன்னார்வத் தொண்டு நிறுவனத்தைத் துவக்க வேண்டும் என்பதே அவளுடைய கனவு. ஓரிரவு கழிப்பறையில் இருந்து வெளியே வந்தவன், நேராக "நாம் திருமணம் செய்து கொள்ளலாமா?" எனக் கேட்டான். "விளையாடாதே... நன்றாக யோசித்துப் பார்" என்றாள். இழுத்து அணைத்து உதடுகளில் முத்தமிட்டான்.

"ஜெமீமா... என் பிரிய ஜெமீமா" அவன் அரற்றினான். திருமணத்திற்கான பின்பான நாட்கள் ஒவ்வொன்றும் பசுமையாக நினைவிருக்கிறது. மோகமும், ஊடலுமாய் கழிந்த இரவுகள். அவளை நிதானமிழக்கச் செய்ய வேண்டும். களிவெறி கொள்ளச் செய்ய வேண்டும் என அவன் புரிந்த கோமாளித்தனங்கள். அவளும் அதை விரும்பினாள். சீண்டிக்கொண்டே இருப்பாள். எங்கே என்னை நிதானமிழக்கச் செய் என மெலிதாக கேலிப் புன்னகை புரிவாள். அவனுடைய புரிதல்களை, நம்பிக்கைகளை மெல்ல ஒவ்வொன்றாக தர்க்க ஊசிகளைக் கொண்டு தகர்ப்பாள். நீயும் உனது அறிவும் ஒன்றுமில்லை என காலடியில் போட்டு நசுக்குவாள். அவளளித்த ரணங்களை அவளே ஆற்றுவாள்.

அவன் குறுகிய காலத்தில் தேசிய அறிவியல் கழகத்தின் உயர் பொறுப்புக்களை அடைந்தான். ஒவ்வொரு நாளும் வளர்ந்தான், கவனிக்கப்பட்டான், மதிக்கப்பட்டான். ஆனால் அவை யாவும் அவள் முன் பொருளிழந்து போயின. அவனுடைய வருமானத்தில் ஒரு பகுதியை ஜெமீமாவின் தொண்டு நிறுவனத்துக்கு அளித்தான். அங்கு அவ்வப்போது சிறப்பு பேச்சாளாராகச் சென்று அறிவியல் பாடங்கள் எடுத்தான். முதலில் ஒரு மகன் பிறந்தான், அதற்கடுத்து ஒரு மகள். அப்போது தேசிய அறிவியல் கழகத்திலிருந்து ராணுவ அறிவியல் பிரிவுக்கு அவனை மாற்றினார்கள். அதை அவளால் ஏற்க முடியவில்லை. பதவி உயர்வு வேண்டாம் என மறுக்கச் சொன்னாள். அதிலுள்ள ஆபத்துக்களை தர்க்க ரீதியாக அடுக்கினாள். அவளுடைய பலகீனத்தை மோப்பம் பிடித்த மகிழ்ச்சியில் மனம் திளைத்தது. நிதானமிழக்காமல் பிடிவாதமாகத் தனது வாதங்களை வைத்தான். பிள்ளைகளின் நன்மையைப் பொருட்டு எனப் பசப்பினான். ராணுவம் இல்லையேல் அறிவியல் இல்லை என்றான். பிறர் மீதான அச்சத்தையே தனது இருப்புக்கான நியாயமாக ராணுவம் கொண்டுள்ளது என்றாள். ஆம், ஆனால் வேறு வழியில்லை என்றான். விவாதம் முற்றியது. ஓரிரவு குடித்துவிட்டு வந்து கத்தினாள். பதிலேதும் கூறவில்லை. அவளை வெற்றிகொண்ட நிறைவை முதன்முறையாக அடைந்தான். கொஞ்சம் விட்டுப் பிடிக்கலாம். சமாதானம் செய்துகொள்ளலாம் என நினைத்தான். மறுநாள் வேண்டுமென்றே "இப்போது என்ன? நான் செய்தது தவறென்றே இருக்கட்டும்... உனக்காக மன்னிப்பு கேட்கிறேன்" என்றான். சைகையினால் போதும் என்று சொல்லிவிட்டு அங்கிருந்து வெளியேறிச் சென்றாள். அன்றிரவு அவள் வீடு திரும்பவில்லை. ஒரேயொரு ஒற்றை வரி கடிதம் மட்டும் எழுதி இருந்தாள். "உன் கண்களில் நான் அதைக் கண்டுவிட்டேன். நீ விரும்பியது போலவே என்னை வெற்றிகொண்டு விட்டாய். இந்த நிறைவுடனே நாம் பிரிவோம் என்றும் அன்புடன் ஜெமீமா". உடைந்து நொறுங்கினான்.

அப்போதுதான் அவனுடைய விளையாட்டை உணர்ந்தான். பாறையெனச் சிலைந்த அவள் இதயத்துடன் முட்டி மோதி மன்றாடிப் பார்த்தான். பிள்ளைகளை அழைத்துக்கொண்டு ஜெமீமா பிராக்கை விட்டு வெளியேறிச் சென்றாள். களியாட்டங்களிலும் போதையிலும் தன்னை புதைத்துக் கொண்டான். அதன் பின் இரண்டு திருமணங்கள், பிள்ளைகள். ஆனால் கசந்து உறவுகளை விட்டு வெளியேறினான். அவர்கள்

எங்கிருக்கிறார்கள் என பெருநிகழ்வுக்கு முன்புவரை சமூக ஊடகங்கள் வழியாக பின் தொடர்ந்தான். இந்தியாவிலும், இந்தோனேசியாவிலும், கிழக்கு ஆப்ரிக்காவிலும் என உள்ளூர் அறிவியல் தொழில்நுட்பங்களை ஆவணப்படுத்தும் பணியில் இருந்தாள். கடைசியாக தென் அமெரிக்கப் பழங்குடிகளின் மருத்துவமுறையை ஆராயச் சென்றாள். பிறகு அவளைப் பற்றிய தகவலேதும் இல்லை. ஜெமீமாவை நெருங்க அவன் செய்தவைகள் எல்லாம் அவனை மேலும் மேலும் அவளிடமிருந்து விலக்கின. "முட்டாள்... சுய மோகம் கொண்ட முட்டாள் நான்... ஜெமீமா என்னை மன்னித்துவிடு... இதுவும் கூட உனக்காகத்தான்... உன்னை நெருங்கத்தான்... நீ விழைந்த நம் விடுதலைக்காகத்தான் ஜெமீமா". கைப்பிடி மணலை அள்ளி கடற்கரையில் நழுவ விட்டான்.

5

எல்லாவற்றையும் நேர் செய்ய தனக்கொரு வாய்ப்பிருப்பதாக நம்பினான். தானொரு அரக்கனாக வரலாற்றில் எஞ்சியிருக்கக் கூடாது என அவன் உறுதி கொண்டான். ஒரேயொரு மகத்தான தாவல், ஒரு துள்ளல், ஒரு சுழல் போதும். அழகிய நடனம் போல. எல்லாம் மீண்டும் அழகாகி விடும். அந்தத் தருணத்தை வெகு அருகில் தவறவிட்ட கணங்கள் அதிகம். இதோ அதோவென நழுவிச் சென்றது. சயனோ பாக்டீரியத்தின் மூலக்கூறுகளை மனிதத் தோலில் இணைத்து ஒளிசேர்க்கை வழியாக தனக்கான ஆற்றலை உருவாக்கி கொள்ளும் தாவர மனிதனை உருவாக்க முயன்றான். பிற அத்தியாவசியமான சத்துக்கள் எல்லாவற்றையும் அடக்கிய மாத்திரையை அவன் முன்னரே உருவாக்கியிருந்தான். ம்யுடன்ட் கார்டிஃபோலியாவின் பழங்களேகூட போதுமானவை. மேலும் சில அடுத்தகட்ட மேம்படுத்துதல்களுக்கான திட்டங்கள் அவனிடம் இருந்தன.

எவருக்கும் அடிமையாக இருக்க வேண்டிய நிர்பந்தங்கள் ஏதுமற்ற மனிதன். பூரண விடுதலை அடைந்தவன். தனக்காக வாழ்பவன். தான் வாழ எவரையும் அழிக்க வேண்டிய அவசியமில்லாதவன். ஆனால் ரீகாம்பினன்ட் தொழில்நுட்பம் அத்தனை எளிதாகக் கைவரவில்லை. மீண்டும் மீண்டும் முயன்றான். சோதனையில் சில மனித உயிர்கள் மடிந்தன. சில நேரங்களில் நோய் எதிர்ப்பு ஆற்றல் எதிர்வினை காரணமாயின, சில வேளைகளில் புற்று நோய், ஒவ்வாமை, பல சமயங்களில் எவ்வித மாற்றமும் நேரவில்லை. ஏறத்தாழ எல்லோரும்

கைவிட்ட பிறகும்கூட பித்தனைப்போல் விடாமல் ஆய்வை தொடர்ந்தான். இறுதியாக தன்னையே சோதனைக்குள்ளாக்கி கொண்டான்.

வெகுதொலைவு நடந்து வந்துவிட்டது தெரிந்தது. தோல் சுவாசிப்பதை உணர முடிந்தது. வியர்வைத் துளிகள் மண்ணில் விழுந்தன. அருகில் ஹெலிகாப்டர் ஓசை கேட்டது. படைத்தளபதியும் அவருடைய ஆட்களும் வந்து கொண்டிருப்பார்கள். ஆய்வு வெற்றியடைந்ததை அடுத்து தேர்வு செய்யப்பட்ட இருபது பேரை ஹோமோ ரீகாம்பினன்ட்களாக மாற்றச் சொல்லி ஆணை வந்திருந்தது. சப்பாத்துக்களைக் கழற்றினான். சுடுமணலில் வெறுங்காலை அழுத்தி வைத்தான். கால் பதிய மணலில் நடந்தான். மூக்கை அடைந்த கடும் நெடியைப் பின்தொடர்ந்து கரையோரம் நடந்தான். பிரம்மாண்டமான எலும்புக்கூடு கரையோரம் கிடந்தது. எலும்பில் ஒட்டியிருந்த சதைத் துணுக்குகளை காகங்கள் கொத்திக்கொண்டிருந்தன. ஹெலிகாப்டர் தரையிறங்கும் ஒலியை கேட்டான். வெறிகொண்டு மேற்சட்டையைக் கிழித்து வீசினான். காற்சட்டையைக் கழற்றி நீரில் தூர எறிந்தான். உள்ளாடைகளை அறுத்துப்போட்டான். வெற்றுடலாக மண்ணில் ஓடினான். சில நூறு அடிகளில் மலையின் அடிவாரம் தென்பட்டது. மலைக்கப்பால் இருக்கும் காடு அவனை அழைத்தது. முதிய உடலில் புதிய ஆற்றல் பிறந்தது. ஓட ஓட ஆற்றல் பெருகியது. மலையடிவாரத்தை அடைந்தவுடன் சட்டென நின்றான். திரும்பி நோக்கினான். அவசர அவசரமாகக் காலடித்தடங்களை அழித்தபடி மீண்டும் துவங்கிய இடத்திற்கே வந்தான். பின்னால் புதிய காலடித் தடங்கள் உருவாகியிருந்தன. வாலைக் கவ்வ முயலும் நாயைப்போல வெறிபிடித்து காலடித் தடங்களை மாறி மாறி அழித்து கொண்டிருந்தான். அந்த எலும்புக்கூட்டைப் பார்த்தான். வேகவேகமாக அதன் வால்முனையை இழுத்துகொண்டு கடலுக்குச் சென்றான். அப்போது வானத்தில் விமானம் கிழித்திருந்த கோடு முழுவதும் மறைந்துவிட்டிருந்தது. மேகமற்ற வெளிர்நீல வானம் மட்டுமே எஞ்சியிருந்தது. ‘திமிங்கிலங்கள் கடலுக்குரியவை’ எனும் சன்னமான முனகல் மட்டும் அவனிடமிருந்து எழுந்தது.

– சொல்வனம், மே 2017

ஆரோகணம்

அந்த உயரத்திலிருந்து கீழ் நோக்கினால் எவருக்கும் மனம் சில கணங்கள் அதன் உச்ச விசையில் ஓடியடங்கும். எந்த நொடியும் விழுந்து விடுவோம் என்ற பயமும் அந்த உயரத்தின் பிரமிப்பில் கடந்து வந்த தொலைவை நோக்க வேண்டும் என்றொரு குறுகுறுப்பும். பாற்கடலைக் கடைந்தபோது பொங்கிய நுரைத் துளிகள் எல்லாம் உறைந்த மலையாகிவிட்டன போலும், பனி மலையல்ல முடிவற்று நீளும் பனிக்கடல் என்று எண்ணிக்கொண்டார் அந்தக் கிழவர். வாழ்க்கையும் நினைவுகளும் எல்லாம் எங்கோ தொலைவின் அடிவானக் கிடங்கில் சென்று ஒளிந்துக் கொண்டன. காலமும், தேசமும், தொலைவும் எதுவும் அவருக்குப் புலப்படவில்லை. 'பட்' 'பட்' இரண்டுமுறை அந்த ஒலியை செவிக்கு வெகு அருகில் கேட்டவுடன், அத்தனை ஆண்டுகளாக அந்தக் கணத்தை எதிர்கொள்ளும்போது உதிர்ப்பதற்காக சுமந்து இருந்த சொல்லை முணுமுணுக்க முயன்றது மட்டும் மங்கிய நினைவாக எஞ்சியிருந்தது.

எங்கு தொடங்கிய நடை? எப்போது தொடங்கிய நடை? எதை நோக்கிய நடை? தலைக்குள் கசங்கிய தாள்களாக நினைவுகள் தேங்கிச் சுருண்டுகொண்டு விட்டன. யுகம் யுகமாகக் கடக்க இயலா சமுத்திரத்தை நடந்தே கடப்பது போல் கால்கள் கனத்தன. எத்திசை நோக்கினும் கண்கூசும் வெண்மை. மெல்லக் குனிந்து தொட்டுப் பார்த்தார். கையிலெடுத்த துளியை நாக்கு நுனியில் வைத்தார், எரிந்தது.

வேறொரு சீரான மூச்சொலியும் நெருக்கத்தில் கேட்டது.

மெதுவாகத் திரும்பி நோக்கினார். காது மடல்கள் விறைத்து நின்றன, அதன் உலர்ந்த பழுப்பு நிறக் கண்களில் உணர்ச்சியற்ற வெறுமை படர்ந்திருப்பது போலிருந்தது. கூர் அர பல் வரிசைக்கிடையில் சிவந்த நாக்கை வெளிநீட்டி மூச்சிழுக்கவில்லை என்றால் கருவறையிலிருந்து இறங்கி வந்த காலபைரவனின் வாகனம் என்றே தோன்றியிருக்கும். நாயின் வால் நிமிர்ந்து வான் நோக்கி வளைந்து நின்றது. பனியில் அதன் கால் தடங்களும் தன்னுடைய தடங்களுக்கு இணையாக நெடுந்தொலைவு வரை பதிந்திருந்ததைக் கண்டார். மெதுவாக நெருங்கி வந்து நின்ற நாயின் தலையை அன்புடன் வருடிக் கொடுத்தார். விரிந்த கண்களுடன் பொக்கை வாய் குழந்தை சிரிப்பு ஒன்று மலர்ந்தது.

சிரிப்பு. எண்ணங்களும், நினைவுகளும், பிம்பங்களும் ஒன்றாக உள்ளுக்குள் வெந்து நொதிந்து புகை கிளப்பியது. 'புகையிலிருந்து ஒரு பிம்பம் மந்தமாக துலக்கம் பெற்றது. 'கஸ்தூர்' இறுகப் பூட்டிய துரு ஏறிய பூட்டொன்று படீரென்று உடைந்தது. மெல்ல மின்சுற்று ஒன்று உயிர் பெற்றது. உயிர்ப்புடன் சரசரவென்று கிடங்கிலிருந்து எதையெதையோ இழுத்துப்போட்டது. 'பா'. மனமறிந்து சிரித்த பொழுதுகள் எல்லாம் பா வின் நினைவுகளை முட்டி நிற்பதுதான் வழக்கம், அவளுடைய அறியாமைக்காக, கொஞ்சலுக்காக, உயிர் பிழைப்பாளா என்றொரு நிலையிலிருந்து அவள் மீண்டு வந்தபோது சிரித்த அந்த முதல் சிரிப்பு, பகல் பொழுதின் கனவுகளையும் லட்சியங்களையும் காலடியில் நசுக்கி காமத்தைக் கிளர்த்தும் அவளுடைய சிரிப்பு. சீ... அருவருப்பான ஏதோ ஒன்றை மிதித்த மாதிரி மனம் பதறியது. அன்னையாக ஏற்றுக்கொண்டேன் என்று சொன்னதெல்லாம் வெறும் பசப்புகள்தானா? ஆளரவமற்ற பனிக்காட்டின் தனிமையில் ஏன் இது நினைவுக்கு வர வேண்டும்? பிரம்மச்சரிய பரிசோதனைகளும், கடும் விரதங்களும், உபாசனைகளும், எல்லாம் வெறும் வேடிக்கைதானா? ஒரு அடிகூட நகர இயலவில்லை. கால்கள் கனத்து பனிக்குள் இறங்கின. நீர் சலசலக்கும் அரவம் கேட்டது. தூய்மையான நீர். பனித்திட்டுகளின் ஊடே தென்பட்ட பாறை ஒன்றில் சென்று அமர்ந்து நீரைப் பார்த்துக்கொண்டிருந்தார். நாயும் பின்தொடர்ந்து சென்று நின்றது.

"பா இருந்திருந்தால்?" கண்களில் நீர் தளும்பியது. ஒருவேளை பா இருந்திருந்தால் அவள் காத்திருப்பாள். ஆம்

அவள் என் அன்னையும்கூட. எந்த சோதனைகளும் என்னை உணரத் தேவையாய் இருந்திருக்காது. காமம் என்றைக்கும் ஓடிக்கொண்டிருக்கும் சுனை. நீர் காய்ந்தாலும் மண்ணுக்கடியில் உலராத நீர்த்தடம் இருந்துகொண்டேதானிருக்கும். சலசலக்கும் நீரோட்டத்தை தாண்டிக் கடக்கும் வேளையில் கால்களை விட்டகன்ற காலணிகள் நீரோட்டத்தில் சுழன்று திரும்பி தனித்து மிதந்து எங்கோ சென்றன. குளிர்ந்த நீர்த் தெறிப்புகள் உள்ளங்காலைச் சில்லிட வைத்தது. மனம் லகுவானது. கொதிப்பின் குமிழ்கள் மனதில் சற்றே ஓய்ந்தன. கால்கள் பூக்காத மரமாயின.

மெதுவாக எழுந்து நடக்கத் தொடங்கினார். கொஞ்சம் கொஞ்சமாக நடை வேகம் பிடித்தது. காலமும் தேசமும் புரியாத வெளி மனதை அச்சுறுத்தியது. அந்த வெட்டவெளியில் ஏதாவது ஒன்றைப் பற்றிக்கொள்ள மூளை அங்குமிங்கும் குதித்தோடியது. பின்தொடர்ந்து வந்த நாய்க்கு அத்தகைய குழப்பங்கள் ஏதுமிருப்பதாக தெரியவில்லை. தெளிவுடனும் தீர்க்கத்துடனும் அது தன் போக்கில் நிதானமாக நடந்து வந்துகொண்டிருந்ததாகப் பட்டது. மூளை! எத்தனை அபாயகரமான உறுப்பு! நிகழ்வுகளைப் பகுத்துக் கூறுகளாக்கி கற்பனைகளுடன் இணைத்து புதிய ஒன்றைச் சலிக்காமல் உருவாக்கிக் கொண்டிருக்கும் இயந்திரம். அச்சம் ஒரு வித்திலிருந்து முளைத்துக் கிளை பரப்பத் தொடங்கி, புதிய புதிய அச்சங்களையும் நம்பிக்கையின்மைகளையும் பிறப்பித்தது. கைதவறிய கடந்த காலமும், விளைவுகளை அனுபவிக்கும் கோரமான நிகழ்காலமும், எதிர்காலம் எனும் பிரம்ம ராட்சதனை உருவாக்கிக் காட்டின. பனிச்சிகரத்தின் சரிவு மேலும் குறுகியது. ஏதேதோ காட்சிகள் மனத்திரையில் ஓடின. குருதி தோய்ந்த உதிரித்துண்டுகளாக கைகளும், கால்களும் விரவிக் கிடக்கும் தெருக்கள், தலையை விரித்துக்கொண்டு சுவற்றில் முட்டி அழும் பெண்கள், கரங்களை கால்களுக்கிடையில் ஒடுக்கிக்கொண்டு சுருண்டு அலமாரியில் ஒளிந்து மூர்ச்சையாகிக் கிடந்த அந்தப் பெண் குழந்தை.

‘ராமா!!!’ மனதிற்குள் உச்ச விசையில் ஒலித்த குரல் வெறும் புகையாக காற்றில் கலந்தது. உறக்கமற்ற இரவுகளைக் கடக்க அன்னை கற்றுக்கொடுத்த மந்திரத்தைத் தேடி எடுத்து மனம் உச்சரிக்கத் தொடங்கியது. ‘ராமஸ்கந்தம் ஹனுமந்தம்’ உதிரம் தோய்ந்த கொடுவாள்கள் ‘வைனதேயம் வ்ருகோதரம்’ கருகிய

பிஞ்சுக் கரங்கள் 'சயநேன ஸ்மறேன் நித்யம்' நிரம்பி வழியும் சவக் கிடங்கு 'துர்சொப்பனம் தஸ்ய நஷ்யதி'. துர்சொப்பணம் தஸ்ய நஷ்யதி. வெறும் கனவுகளாக இருந்துவிடக் கூடாதா? வெறும் தீக்கனாக்கள்தான். தலை சுற்றியது. அக்காலத்து தேதிகளும் நிகழ்வுகளும் இடங்களும் பெயர்களும் பிம்பங்களும் துல்லியமாக நினைவுக்கு வந்தன. வெகு தொலைவு கடந்து விட்டது போல் தெரிந்தது. மெல்ல குறுகலான பாதையின் குறுக்கே கடந்து பாறையில் அமர்ந்தார். மனிதன் ஏன் அத்தனை குரூரமாக நடந்துகொள்கிறான்? ஏன் இத்தனை அகங்காரம் கொண்டவனாக பசித்து அலைகிறான்? அவனுடைய ஆற்றலையும் அறிவையும் அலங்காரமாக அணிந்துகொண்டு திரிவது எல்லாம் மலத்தை கரங்களில் கரைத்து பிறர் மீது அள்ளி வீசத்தானா? எத்தனை ஏன்கள்! மூச்சிரைக்கச் செய்யும் ஏன்கள். மூச்சை நிதானமாக இழுத்து விடத் துவங்கினார். என்ன செய்ய வேண்டும் என்பது புரிந்தது, சிந்திப்பதை நிறுத்த வேண்டும், வேறொன்றும் இல்லை. அயர்ச்சி இன்றி உத்வேகம் கொண்டு ஓடிக்கொண்டிருப்பதை நிறுத்த வேண்டும். தகவல்களால் நிரம்பிய மூளை ஒரு போதும் நிறைவு கொள்ளாது, அதற்கு உண்டு செரித்து உயிர் வாழ மேலும் அதிக தகவல்கள் வேண்டும்.

மூளையின் பரபரப்பு ஓய்ந்து நாகம் அதன் பெட்டிக்குள் அடங்கியது. சென்று சேர வேண்டிய இலக்கைப் பற்றியும் அதற்கு கடக்க வேண்டிய தொலைவைப் பற்றிய போதமேதும் இல்லை. நடக்க வேண்டும், நடந்தே கடக்க வேண்டும் அது ஒன்று மட்டும் உந்தித் தள்ளியது. கொதிநீர் ஊற்றொன்று ஆவியை புகைத்துத் தள்ளியது. மெல்ல அருகில் சென்று சுடுநீரை கையில் வாரி உடலில் தெளித்துக் கொண்டார். எலும்பை நொறுக்கும் குளிருக்கு இதமாக இருந்தது. நீர் குளிர்ந்த அடுத்த நொடி குளிர் மீண்டும் கவ்விப் பிடித்து உடலெங்கும் ஊறியது. இடுப்புக் கச்சையில் செருகியிருந்த குளிரில் ஸ்தம்பித்த கடிகாரம் குனிந்து எழும்போது நீரின் அடியாழத்திற்குள் தன்னைப் புதைத்துக் கொண்டது. நாய் சுனை நீரைப் பொருட்படுத்தவில்லை அதற்குள் இறங்கவும் இல்லை. அவருக்காகக் காத்திருந்தது. "நல்ல வழித் துணைவன் நீ!" நாயை அன்புடன் வருடிக் கொடுத்தார் கிழவர்.

நாய் பின்தொடர மீண்டும் எழுந்து நடக்கத் தொடங்கினார். பயணம் நீண்டது. வழி நெடுகிலும் வெண் பனி மோனத்தில் உறைந்திருந்தது. அன்னையின் சொற்களில் உருப்பெற்ற பால்யத்தின் கனவுகளில் மட்டுமே காணக்கிடைத்த வெண்மை.

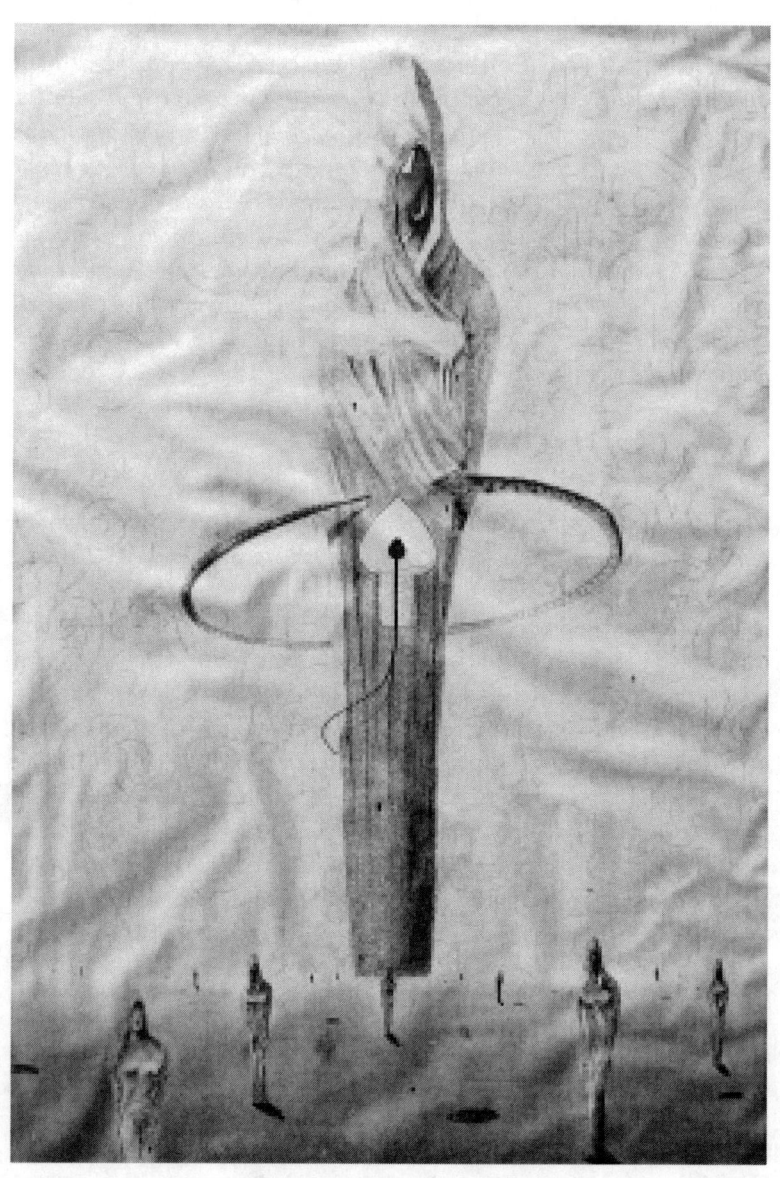

ஒருவேளை இதுதான் ஈசன் உறையும் கைலாயமோ? அப்பழுக்கற்ற தூய வெண்மையின் அழகு. வெண்மை மட்டுமே எங்கும் நிறைந்திருக்கும் முழுமையின் அழகு. முழுமையே அழகு. முழுமையின் ஒழுங்கும் நேர்த்தியுமே அழகு. ஆனால்! எது முழுமை? முழுமையை எம்பிக் குதித்து எட்டிப்பிடிக்கவே தன் வாழ்நாள் முழுவதும் முயன்று இறுதியில் தோற்று விட்டதாக அவருக்குத் தோன்றியது. மனிதர்கள் முழுமையற்றவர்கள். நானும்தான். முழுமை ஒரு தலைச்சுமையாக மனிதனை அழுத்திக் கொண்டிருந்தது. முழுமையற்ற மனிதன் தன்னைச் சுற்றி இருக்கும் பிறரிடம் முழுமையை எதிர்நோக்குவதில் நியாயம் என்ன இருக்க முடியும்? துக்கம் ஊர்ந்து உடலெங்கும் படர்ந்தது. கண்களை மூடியபடி ஆழத்திலிருந்து ஒரு மந்திரம் போல் உச்சாடனம் செய்தார்.

'ஹரி.' நான் அவனுடைய தலையில் தூக்கி வைத்த முழுமையின் கனம் தாங்காமல் மண்ணுக்குள் புதைந்தவன் அல்லவா அவன். கைநழுவிப் போன வைரம். 'ஹரி, என் பிரிய மகனே!' நெஞ்சில் துக்கம் படர்ந்தது என் முழுமையை நோக்கிய வேட்கையில் ஒளியின் முன் மண்டியிட்டுக் காத்திருக்கும்போது பின்னால் நீண்டு வளர்ந்த நிழலுருவத்தைக் கவனிக்காமல் போனேனே. அவனை நான் திருத்தியிருக்க வேண்டும். ஆனால் ஏன்? அவனையும் ஆன்ம பரிசோதனைக்காக, ஆன்ம சுத்தியை நிலைநாட்டுவதற்கான சாதனமாகப் பயன்படுத்திக் கொள்ளவா? எனது கருணையும் அன்பும் அவனை ரணப்படுத்தியிருக்கும். அவன் விரும்பியபடி அவனை நான் என் எதிரியாக அங்கீகரித்திருக்க வேண்டும். மகிழ்ந்திருப்பான்... ஆசுவாசமடைந்திருப்பான்... சிரித்திருப்பான்... அவன் வாழ்க்கை லட்சியத்தில் வென்றிருப்பான்.. மகனுக்கு அந்த பாக்கியத்தைக் கூட அளிக்க இயலவில்லை.

வெண்பனிக்காட்டுப் பரப்பிலிருந்து துருத்திக்கொண்டு தனித்து உயர்ந்து நின்றது இலைகளற்று கறுத்த நெடுமரம். அது அல்லவா பனிவெளியை நிறைக்கிறது? வெறும் பனிப்பரப்பில் என்ன இருக்கிறது? எண்ணங்களுக்கு இடையிலுள்ள வெளியில் தானும் தன் விசுவாசமுள்ள நாயும் மட்டும் நடந்து கொண்டிருப்பதாக அவருக்குத் தோன்றியது. எங்கிருந்தோ சுழன்று வந்த காற்றில் வீசி எறியப்பட்ட பனித்துண்டு ஒரு ஏவுகணையைப் போல் அவருடைய காலில் மோதிச் சிதைந்தது. மறைவில் எவரோ விளையாடும் உண்டிக்கோல் போல வரிசையாக வீர் வீரென்று பனித்துகள்கள் 'ஊ'-வென

ஓலமிட்டபடி சீறிப் பாய்ந்தன. கிழவர் நடக்க இயலாமல் கண்களை வலது கையால் மறித்தபடி இடது கையில் தடியை ஊன்றி நின்றிருந்தார். இரண்டு பனித் துண்டங்கள் பாய்ந்து வந்து அவர் கண்ணாடியில் பிளந்து தெறித்தன. கண்ணாடியை வீசி எறிந்தார். நாய் எவ்விதச் சலனமுமின்றி அருகிலேயே நின்றிருந்தது. சிறிது நேரத்தில் எல்லாம் ஓய்ந்து இயல்பானது. தளர்ந்த நடை தான் ஆனாலும் ஏதோ ஒன்று நிற்க விடாமல் அவரை அழுத்தித் தள்ளியது. "நண்பா, உனக்காவது நாம் எங்கு போகிறோம் என்று தெரியுமா?" என்று நாயிடம் கேட்டபடி முன்செல்லத் தொடங்கினார்.

இந்த வெளியில் இரவு என்ற ஒன்றே கிடையாதா? சூரியன் உதிப்பதும் இல்லை மறைவதும் இல்லையா? காலம் வெட்டவெளியாக தன்னை பரப்பிக் கொண்டிருக்கிறது. இத்தனை தொலைவைக் கடந்த பின்னரும் நின்ற இடத்திலேயே நடந்து கொண்டிருப்பதாகத் தோன்றியது அவருக்கு. இந்தத் தொலைவு இத்தனை சிரமம் எல்லாம் எதற்காக? சலிப்பு ஒரு காந்தத்தைப்போல் நரம்புகளிலிருந்து ஆற்றலைப் பகுத்து நெஞ்சுக் கூட்டில் கனத்து இறக்கியது. கால்கள் தளர்ந்தன. கையைவிட்டு நழுவிய தடியை கணநேரச் சுதாரிப்பின் வழியாக இறுகப் பற்றிக் கொண்டார். உடன் வந்த நாயைத் திரும்பிப் பார்த்தார். சோர்வோ, களைப்போ அதற்கில்லை. அதே நிதானத்துடன் பின்தொடர்ந்து வந்துகொண்டிருந்தது. இது பாழும் பனி வெளி. என்னை இது எங்கும் இட்டுச் செல்லாது. வாழ்நாள் எல்லாம் எதற்காகவோ போராடி இயங்கி இறுதியில் வெறுமையையும் அவநம்பிக்கையையும் தோண்டி எடுக்கத்தானா? எங்கே சென்றது அந்த போர்க்குணம்? பேரபாயம் சூழ்ந்தபோதும், மற்றும் ஒரு போராட்டத்திற்கு நான் தயார், நீங்கள் தயாரா என்று கேட்டபோது எவரும் செவிமடுக்கவில்லை. எதுவும் நடக்காது, எதுவும் மாறாது. மனிதர்கள் இப்படித்தான். வாழ்க்கை இப்படித்தான். பெருநியதியின் திட்டம் ஒன்றாக இருக்கும்போது மானுட முயற்சிகளுக்கு என்ன பொருள்? அத்திட்டம் எதுவென அறிவதற்கும் வழியில்லை எனும்போது மானுட யத்தனங்களுக்கு அவசியம்தான் என்ன? கணக்குகள் பிழையான தருணங்கள் ஒவ்வொன்றாக நினைவுக்கு வந்தன, பற்றற்று செயலாற்று, பலனை எதிர்நோக்காமல் செயலாற்று என வாழ்நாள் முழுவதும் எனக்கு நானே சொல்லிக் கொண்டிருந்தேன், ஆனால் தோல்வியைக் கண்டு அஞ்சினேன். சுமக்க இயலா கனவுகளைச் சுமந்து திரிந்தேன்.

சுனில் கிருஷ்ணன் « 147

கால்கள் வெடவெடக்கத் தொடங்கின. குளிரையும் மீறி வியர்வை வழிந்திருந்தது. தடியை ஊன்றி மெல்ல பாறைக்கு அப்பால் ஏற முயன்றார். தடி பனிக்குள் புதையுண்டு கையைவிட்டு நழுவியது. தடியைக் கைகொள்ளத் திரும்பிய கணப்பொழுதில் தடிக்கு கீழிருந்த பனி சரியத் தொடங்கியது. ஒட்டுமொத்தமாக பிரம்மாண்டமான கத்தியைக் கொண்டு எவரோ மேற்பரப்பில் மழித்ததுபோல் அவருக்குப் பின்னாலிருந்த பனிப்படலம் அதி வேகத்துடன் உருண்டோடியது. நாய் பாறை மீது கால்மடக்கி அமர்ந்து பனிச்சரிவை அமைதியாகப் பார்த்துக் கொண்டிருந்தது. ஒருவேளை அங்கேயே நின்றிருந்தால்? மனம் அதிர்ந்தது. நாய் உடலை உதறிக்கொண்டு முன் சென்றது. கிழவர் நடக்கத் தொடங்கினார். நிற்பதற்கும் தயங்குவதற்கும் நேரமில்லை. தன் கடமை நடப்பது, இன்னும் கடக்க வேண்டிய தொலைவைப் பற்றி மட்டுமே அவர் எண்ணினார், இல்லை அதையும் கூட எண்ணவில்லை.

குளிர் உடற்பரப்பில் ஆயிரம் குண்டூசிகளைக் கொண்டு துளைத்தது. உடல் நடுங்கிச் சூடேற்றிக் கொண்டது. பாதை தன்னைக் குறுக்கியபடி வளைந்து சென்றது. பெரும் சூறைக்காற்று ஒன்று வெண் பனித்துகள்களைச் சுழற்றிக்கொண்டு ஓலமிட்டபடி வந்தது. ஓரடி இடைவெளியில் நிற்கும் நாயைக்கூட காண இயலவில்லை. பனித்தூசு எல்லாவற்றையும் மறைத்தது. கிழவரின் கால்கள் தடுமாறின. காற்று அவரைக் கடந்து செல்லும்போது உடலைச் சுற்றி அணிந்திருந்த மேலாடையைக் கவ்விக்கொண்டு போனது. கைகளை நெஞ்சுக்கு முன் குறுக்கிக்கொண்டு பக்கவாட்டில் சரிந்திறங்கிய சிறிய பள்ளத்தில் கால் வைத்து இறங்கி குந்தி அமர்ந்தார். காலுக்குள் கீழே ஏதோ ஒன்று நறநறத்தது. கையால் அதை நிமிண்டி எடுத்து உற்று நோக்கினார். கீழ்த்தாடை எலும்பு தனியாக என்றென்றைக்குமாக சிரித்துக் கொண்டிருந்தது. சட்டென்று வீசி எறிந்தார். கீழே குனிந்து நோக்கினார், சரிவு முழுவதும் யானைத் தந்த நிறத்து எலும்புத் திட்டுக்கள் பனிப்பரப்பைத் தாண்டி துருத்தி நின்றன. அவருடைய உடலை இத்தனை கனமாக அவர் உணர்ந்ததே இல்லை. உடல் என்றுமே அவரை மீறியதில்லை என்றுதான் அவர் நம்பிவந்தார். உடலின் ஒவ்வொரு உயிரணுவையும் அறிந்தவர் என்று நம்பினார். ஆனால் அது அப்படி இல்லை. மனிதன் தன் வாழ்நாளில் அதிகபட்சம் நடத்தும் போராட்டம் அவன் உடலுக்காகத்தான். பெரும்பாலும் உடலுக்கு எதிராகத்தான் அது முடிகிறது. பசி தாகம் இச்சை

என பல தொல்மிருகங்களுடன் மனிதன் தன்னுடலைப் பகிர்ந்து கொண்டிருக்கிறான். அவன் காலந்தோறும் அதைப் பழக்க முயன்று கொண்டே இருக்கிறான். வாழ்நாள் முழுவதும், ஒவ்வொரு பிறப்பிலும். உடலெனும் போர்வை குளிரிலும் வெயிலிலும் மழையிலும் அவனைக் காக்கிறது, ஆனால் அதைக் கிழித்து எறியாமல் அவனால் தென்றலை உணர முடியாது. கைகளை மெல்ல அகல விரித்தார். இந்த உடலும் அதன் எச்சங்களும் இங்கேயே கிடக்கட்டும். கிடந்து மட்கட்டும். எடுத்துக்கொள்! ஏற்றுக்கொள்! ஏற்றுக்கொள்! மனம் மீண்டும் மீண்டும் அதே அச்சில் சுழன்றது. கண்களை இறுக மூடி கைவிரித்துக் காத்திருந்தார்.

ஆயிரம் ஓநாய்களின் ஒற்றைப் பெரும் ஓலம், அடிவயிற்றிலிருந்து எழுந்த கேவல், பிரம்மாண்டமான வனமிருகம் வாய்பிளந்து பாய்ந்து வருவது போல் பேரிரைச்சல். கிழவர் ஓரடிகூட நகரவில்லை. கால் ஊன்றி அப்படியே நின்றார். பாய்ந்து வரும் மிருகத்தின் மூச்சு விசை முகத்தில் அறைந்தது. அது அவரைக் கடந்து சென்ற அடுத்த கணம் பேரிரைச்சல் ஓய்ந்து சட்டென்று பேரமைதி சூழ்ந்தது. கரங்களும் கால்களும் நடுங்கிக் கொண்டிருந்தன. மெல்லக் கண்விழித்து நோக்கியபோது கரிய நாய் மட்டும் அவருக்கு எதிரில் கால்மடித்து அமர்ந்திருந்தது. திரும்பி நோக்கினார். கடந்து வந்த மலைச் சிகரத்தை காணவில்லை. கால்தடங்களையும் காணவில்லை. உறைந்த பாற்கடலைப் போல் வெள்ளைச் சமவெளி மட்டுமே எத்திசையிலும் தென்பட்டது. தொடுவானம் அற்ற வெண்மை. வானும் நிலமும் வேறென்று அறிய இயலா வெண்மை.

'திருவாளர் காந்தி'-கனத்த குரல் ஒலித்த திசையை நோக்கினார். நாயிருந்த இடத்தில் ஒரு மனிதன் கைகட்டி நின்றிருந்தான். தான் கண்ட கோடிக்கணக்கான சாமானியர்களின் முகங்களில் ஒன்றைதான் அவனும் அணிந்து கொண்டிருந்தான். எவ்வகையிலும் நினைவுகூரத்தக்க அம்சங்கள் கொண்டிராத எளிய முகம். குளிர்ந்து உறைந்த சாந்தம் அவன் முகத்தில் நிறைந்திருந்தது. "குழம்ப வேண்டியதில்லை. நீங்கள் என்னை அறிவீர்கள். ஒவ்வொரு மனிதனும் என்னை அறிவான். அவர்களின் அண்மையில்தான் நான் எப்போதும் இருக்கிறேன். ஆனால் அவர்களுக்கு நான் காட்டும் முகங்கள் வேறு. இப்பயணம் தொடங்குவதற்கு முன்னர் என்னைத்தான் நீங்கள் இறுதியாகக் கண்டீர்கள்" என்றான் நிதானமாக. "கரிய நாயாக துரத்தியும்

தொடர்ந்தும் செல்லும், கருத்த எருமையாக நிதானமாக அணுகி வரும், தன்வாலைக் கவ்வி சுருளும் கருநாகமாகவும் மனிதர்கள் அறிந்ததெல்லாம் என்னைத்தான். அவர்கள் அஞ்சியதெல்லாம் எனக்காகத்தான். தொடங்கும் எல்லாவற்றையும் நிறைவு செய்பவன் என்னை காலனென்றும் அழைப்பார்கள். அறத்தை வகுப்பதால் நான் தர்மன் என்றும் நியதிகளை ஒருபோதும் வழுவாதவன் என்பதால் யமன் என்றும் அழைக்கப்படுகிறேன்."

காந்திக்கு எல்லாம் கொஞ்சம் கொஞ்சமாக துலங்கியது. "நான் கேட்ட அந்த இரண்டு ஒலிகள்... நீ... நீங்கள்?" "இரண்டு அல்ல மொத்தம் மூன்று. ஆம் அது நானேதான்." அழுத்திக்கொண்டிருந்தவை எல்லாம் மெல்ல லகுவானது. கனிந்த பொக்கை வாய்ப் புன்னகையுடன் "நன்றி" என்றார். "உங்கள் கணக்குகள் முடிந்துவிட்டன. இன்பங்கள் மட்டுமே நிறைந்த மானுடர்களின் கனவுலகம். உங்களுக்காக சொர்க்கத்தின் தாழ்கள் திறந்திருக்கின்றன. நீங்கள் உங்கள் வாழ்வில் துறந்த எல்லா இன்பங்களும் அங்கு உங்களுக்காக காத்திருக்கின்றன."

காந்தி திகைத்து நின்றார். நொடிப்பொழுது மவுனித்து "மன்னிக்கவும். அப்படிப்பட்ட ஒழுக்கக்கேடான உங்கள் சொர்க்கம் எனக்குத் தேவை இல்லை. சொர்க்கத்தை அடைவதற்காக என்று நான் வாழவில்லை. மேலும் அங்கு நான் செய்வதற்கு ஏதுமில்லை. இத்தனை ஆண்டுகாலம் என்னை வருத்திக்கொண்டதெல்லாம் எங்கோ கண்ணுக்கு தெரியாமல் மறைந்து கட்டற்று இருக்கத்தானா? அகக்கொந்தளிப்புகளுக்கும் அல்லல்களுக்கும் எவ்வித பொருளுமில்லையா? வெறும் இன்பம் மட்டும் நிறைந்திருக்கும் இடத்தில் எனக்கென்ன வேலை? என்னை அங்கு அழைத்துச் செல்ல வேண்டியதில்லை"

"ஆனால் எங்கும் எவருடைய தியாகங்களுக்கும் எவ்வித பொருளும் இல்லை புனிதரே. அவை நீரால் எழும்பும் அலைச் சிகரங்களை போலத்தான் எத்தனை உயரம் எழும்பினாலும் நீர்ப்பரப்பில் வீழ்ந்து கலந்துதான் ஆக வேண்டும். சொர்க்கத்தை விட்டால் நரகத்திற்குதான் சென்றாக வேண்டும். அதை விதிமுறைகள் அனுமதிப்பதில்லை..."

"நான் நரகத்திற்கே செல்கிறேன். அங்கே இன்னும் மனிதர்கள் வாழக்கூடும்."

"அங்கே நிணம் கொதிக்கும் சிறுமை கொண்டவர்கள்தான் இருப்பார்கள்"

“அப்படியானால் அங்குதான் நான் தேவைப்படுவேன். எனக்கது மற்றொரு சோதனைக்களம். என்னை அங்கேயே அழைத்துச் செல்லுங்கள். எனது நன்மையை உத்தேசித்து செய்வதானால் நான் விடுக்கும் இக்கோரிக்கையை ஏற்றுக் கொள்ளுங்கள். சொர்க்கம் அல்ல அதற்கான விடாய் மனிதர்களை இயக்குகிறது” “உத்தமரே, நீங்கள் தேர்வு செய்வது மீள முடியாதொரு பயணத்தை. அதன் விளைவுகள் உங்களை மட்டுமே சார்ந்தது. உங்களால் ஒருபோதும் சொர்க்கத்திற்கு மீள முடியாது...”

“இல்லை நான் மீள விரும்பவில்லை” என்றார் உறுதியாக.

நீண்ட மவுனத்திற்கு பின்னர் “அப்படியானால் சரி... கண்களை இறுக மூடித் திறவுங்கள்” என்றான் காலன்.

பெரு வாயில் ஒன்றைத் திறந்துவிட்டான். “இதோ நீங்கள் கேட்ட உலகம்” விழி விரிய வாயில் மீதேறி நின்று நோக்கினார். சீழ் வடிந்து கொண்டிருந்த ஒருவனின் காலைத் துடைத்து மருந்திட்டுக் கொண்டிருந்தான் ஒருவன். அவனை எங்கோ கண்டது போலிருந்தது. அவன் தன்னுருவம் கொண்டிருந்ததை அப்போதுதான் கவனித்தார். சீழ் வடியும் புண் உடையவனும் அவ்வுரு கொண்டிருந்தான். திமிறி வந்த காளையொன்று புண்ணுக்கு மருந்திட்டவனை முட்டி வீச்சசீறி வந்தது, அதன் கொம்பின் குத்துக்களை வாங்கி அதை தடுத்து நிறுத்தினான் மற்றொருவன். அவனும் அதே உருவம் கொண்டவன்தான். ஒரு காந்தி முட்டி நிற்கும் காளைக்கு புல்லறுத்துப் போடுகிறார். அதோ ஒரு காந்தி மலக்கூடையைச் சுமந்து செல்கிறார். மற்றுமொரு காந்தி சாக்கடை அடைப்பை அகற்றுகிறார். அதோ ஒரு காந்தி சடலங்களை எரியூட்டுகிறார். எரிந்த சடலங்களின் மிஞ்சிய சாம்பலில் இருந்து ஒரு காந்தி எழுந்து வருகிறார். அவ்வுலகம் காந்திகளால் நிறைந்தது. காந்தி மலர்ந்த முகத்துடன் உட்புகுந்தார். வாயில் மூடிக்கொண்டது. காலன் முறுவலித்து மறைந்தான்.

– சொல்வனம், ஜூன் 2014